പച്ച പൊങ്ങ്

പെരുവഴി

Pacha Pongu
Peruvazhi
Poems

Vijila

CHINTHA PUBLISHERS
Thiruvananthapuram

First Edition
May 2021

Published
Chintha Publishers, Thiruvananthapuram

Typesetting
Star communications, thiruvananthapuram

Printed at

Cover Design
Vinod mangos

ISBN : 978-93-90301-42-3

CO - 3009 / 5487

Email: chinthapublishers@gmail.com
Website: www.chinthapublishers.com

Distribution
DESHABHIMANI BOOKHOUSE
H O Thiruvananthapuram 695035

Branch
Head Office Kunnukuzhi • Statue Thiruvananthapuram •
KSRTC Bus Station Thiruvananthapuram
KSRTC Bus Station Alappuzha • KSRTC Bus Station Ernakulam •
Machingal Lane Thrissur • IG Road Kozhikode •
Mavoor Road Kozhikode • NGO Union Building Kannur •
Central Bus Terminal Complex Thavakkara Kannur

പച്ച പൊങ്ങ്
പെരുവഴി

വിജില

ചിന്ത പബ്ലിഷേഴ്സ്
തിരുവനന്തപുരം-695 035

വിജില

കോഴിക്കോട് ജില്ലയിൽ പേരാമ്പ്രയ്ക്കടുത്ത് പുറ്റംപൊയിൽ ബാലന്റെയും ആർ കെ ജാനുവിന്റെയും മകളായി 1981 ജൂൺ 20 ന് ജനിച്ചു. 2006 ൽ ആദ്യകവിതാസമാഹാരമായ *അടുക്കളയില്ലാത്ത വീട്* പുറത്തിറങ്ങി. *അമ്മ ഒരു കാല്പനിക കവിതയല്ല* (2009), *പകർത്തിയെഴുത്ത്* (2015), *വെറുതെ എന്നൊന്നില്ല* (2018) എന്നിവയാണ് മറ്റു കവിതാ സമാഹാരങ്ങൾ. *ചെങ്കൽച്ചൂളയിലെ എന്റെ ജീവിതം* എന്ന ആത്മകഥ (ധനുജകുമാരി എസ്) എഡിറ്റ് ചെയ്തു.

പതിനഞ്ച് വർഷത്തിലേറെയായി മലയാളത്തിലെ വിവിധ ആനുകാലിക പ്രസിദ്ധീകരണങ്ങളിൽ കവിതകളും ലേഖ നങ്ങളും എഴുതുന്നു. കേരള സാഹിത്യോത്സവത്തി (KLF) ലും ഹേ ഫെസ്റ്റിവൽ ഓഫ് ലിറ്ററേച്ചർ ആൻഡ് ആർട്സി ലും പങ്കെടുത്തിട്ടുണ്ട്. മൂന്ന് കവിതകൾ ഓക്സ്ഫോഡ് യൂണിവേഴ്സിറ്റി പ്രസ് ദളിത് ആന്തോളജിയിലേക്ക് തെരഞ്ഞെടുക്കപ്പെട്ടിട്ടുണ്ട്.

തിരുവനന്തപുരം, കോഴിക്കോട് ആകാശവാണി നിലയങ്ങളിൽ കവിത അവതരിപ്പിച്ചിട്ടുണ്ട്.

വിജില ചിറപ്പാട് എന്ന പേരിലും എഴുതിയിട്ടുണ്ട്.

വിലാസം : വിജില
'വിപഞ്ചിക'
പുറ്റംപൊയിൽ
മേഞ്ഞാണ്യം പി.ഒ
പേരാമ്പ്ര, കോഴിക്കോട് 673525
E-mail : vijilagaya@gmail.com
vigilaputtampoyil@gmail.com
ഫോൺ : 9656413385,7306139214

ഉള്ളടക്കം

പ്രസാധകക്കുറിപ്പ്

മലയാള കവിതയുടെ പരിണാമവഴികളെ അപഗ്രഥന വിധേയമാക്കുമ്പോൾ, തെളിഞ്ഞു വരുന്ന പുതുതലമുറ കവികളിലൊരാളാണ് വിജില. ഒന്നര പതിറ്റാണ്ടിന്റെ കാവ്യ രചനകളിലൂടെ സ്ത്രൈണജീവിതത്തിന്റെ ദൃശ്യാദൃശ്യതലങ്ങളിലുള്ള നിഗൂഢകാമനകളെ അയത്നലളിതമായി ആവിഷ്കരിച്ച കവിതകളാണ് വിജിലയുടേത്. പാർശ്വവല്ക്കരിക്കപ്പെട്ടവരുടെ, ദുർബ്ബലരുടെ, തിരസ്കൃതരുടെ ജീവിതാനുഭവങ്ങളെ ഭാവസുന്ദരമായി, രാഷ്ട്രീയ നിലപാടുകളിലുറച്ചു നിന്നുകൊണ്ട് രചിക്കപ്പെട്ടവയാണ് *പച്ച പൊങ്ങ് പെരുവഴി*യിലെ കഥാപാത്രങ്ങൾ. കാല്പനികതയുടെ മടുപ്പൻ കാഴ്ചകളിൽനിന്നും ബോധപൂർവ്വം മാറിനില്ക്കുന്ന ഈ കവിതകൾ അർത്ഥവത്തായ രാഷ്ട്രീയ ഇടപെടലുകൾക്കു പര്യാപ്തമാണ്.

ചിന്ത പബ്ലിഷേഴ്സ്

അച്ഛന്റെ വരകളിലെ സ്നേഹപ്രപഞ്ചത്തിന്,
ഇടതുകരങ്ങൾക്ക്
എന്നെ പൊട്ടിച്ചിരിപ്പിച്ച പ്രണയത്തിന്
ഒക്കോവിയോയ്ക്ക്

വിയർപ്പും ഉയിർപ്പുമായ വരികൾ

നിഷേധിക്കപ്പെട്ട ഒച്ചകൾക്ക് ലിപി നൽകലാണ് എനിക്ക് കവിത. പനിക്കാതെ പൊള്ളിയ ഉന്മാദങ്ങളാണ്.

പ്രണയം നഷ്ടപ്പെട്ട ഒഴുക്കിൽ

സ്വയം മുങ്ങിനിവരലാണ്.

എനിക്കെന്റെ കൂടണയണം എന്ന തിടുക്കപ്പെടലാണ്.

സ്വന്തം വേരുപടലങ്ങളുടെ ഭാരവുമായി ചിറകുകൾ വിടർത്തി പറക്കലാണ്.

എപ്പോഴും പറയുന്നത് പോലെ അമ്മമാർക്കും ഉമ്മമാർക്കും എഴുതാൻ കഴിയാതെ പോയതൊക്കെയാണ്. അവരുടെ വിയർപ്പിലും സ്നേഹത്തിലും വിരിഞ്ഞ സൂര്യകാന്തികളാണ്.

സ്വന്തം കർതൃത്വം നിലനിർത്തി എഴുത്തുവഴികളിൽ വെളിച്ചമായി നിൽക്കുന്നവരെ ഓർത്തുകൊണ്ട് എന്റെ നാലാമത്തെ കവിതാ സമാഹാരം 'പച്ച പൊങ്ങ് പെരുവഴി' എന്റെ പ്രിയപ്പെട്ട വായനക്കാർക്ക് സമർപ്പിക്കുകയാണ്.

കൂടെ എന്റെ മോളെ പുസ്തകം എന്നും പറഞ്ഞ് ഇപ്പോഴും ആദ്യ സമാഹാരമായ 'അടുക്കളയില്ലാത്ത വീട്' അലമാരയിൽ സൂക്ഷിക്കുന്ന അച്ഛന്റെ പെങ്ങൾ ജാനകിയമ്മയ്ക്കും.

എന്റെ ദേശമായ പുറ്റംപൊയിൽ അഥവാ മേഞ്ഞാണ്യം അവിടുത്തെ മനുഷ്യരും കമ്യൂണിസ്റ്റ് പച്ചകളും കവിതയ്ക്ക് വേരുബലം തന്നിട്ടുണ്ട്. ചെങ്ങോട്ടുമല തലയുയർത്തി നിൽക്കുന്നുണ്ട്. ബാല്യകാല സൗഹൃദങ്ങളുണ്ട്.

അഭിമന്യുവിനെ കുറിച്ച് എഴുതിയ കവിത ചോര പടർത്തി ഈ താളുകളിലുണ്ട്.

പ്രളയകാലത്ത് തിരുവനന്തപുരത്തിരുന്ന് എഴുതിയ കവിതയും ഇതിലുണ്ട്. മാധ്യമം ആഴ്ചപ്പതിപ്പ്, ദേശാഭിമാനി വാരിക, മലയാളം വാരിക, സ്ത്രീശബ്ദം മാസിക, ചന്ദ്രിക, പടവുകൾ, സാഹിത്യലോകം, അക്ഷരകൈരളി, നവമലയാളി (ഓൺലൈൻ), സെക്രട്ടറിയേറ്റ് സർവീസ്, ഓറ മാസിക, തോർച്ച, സംഘടിത മുംബൈ കാക്ക, Indian Literature തുടങ്ങിയ പ്രസിദ്ധീകരണങ്ങളോട്, തിരുവനന്തപുരം, കോഴിക്കോട് ആകാശവാണി നിലയങ്ങളോട് ഈയവസരത്തിൽ ഞാനെന്റെ നന്ദി രേഖപ്പെടുത്തുന്നു, പത്രാധിപസുഹൃത്തുക്കളെ സ്നേഹത്തോടെ ഓർക്കുന്നു.

കവിത എന്ന് പറയുമ്പോഴേ ഓർക്കുന്ന ചില മുഖങ്ങളുണ്ട്, എസ്. ജോസഫ്, അമ്മു ദീപ, എസ്. കലേഷ്, ശാന്തി ജയ, സന്ധ്യ പത്മ, ഷീബ ദിൽഷാദ്,ഡോണ മയൂര, ഷുക്കൂർ പെടയംകോട്, ഡി. യേശുദാസ്, ഇന്ദുലേഖ.. അങ്ങനെ പേരുകൾ നീണ്ടു പോകും. അവരുടെ സ്നേഹം പോലെ തന്നെ.

മൺമറഞ്ഞു പോയവരുണ്ട്, എന്റെ അമ്മമ്മ, പ്രദീപൻ പാമ്പിരിക്കുന്ന്, ബേബി തോമസ്, ടി ഗോപി, മനു മാധവൻ, കുറച്ചു കവിതകൾ ടൈപ്പ് ചെയ്ത സിജിമോൾ, പ്രിന്റ് എടുത്ത് അടുക്കിവെച്ച് തന്ന സൂര്യൻ(സൂര്യദത്തൻ), എഫ് ബി, വാട്സ് ആപ്പ് നവമാദ്ധ്യമങ്ങളിലൂടെ സൗഹൃദം പുതുക്കിയ പ്രിയപ്പെട്ടവർ, പുതിയ സൗഹൃദങ്ങൾ, റെഡ് സ്റ്റാർ ലൈബ്രറി പുറ്റംപൊയിൽ, എപ്പോഴും കവിത ഉണ്ടോ എന്നന്വേഷിക്കുന്ന കുന്നിയുള്ള പറമ്പിൽ രാജേട്ടൻ....

ഒരു പുസ്തകം എന്ന സ്വപ്നം യാഥാർത്ഥ്യമാക്കിയ ചിന്ത പബ്ലിഷേഴ്സിനും

ജയദേവദാസ് സർ, ശിവകുമാർ, രാധാകൃഷ്ണൻ ചെറുവല്ലി, അനിൽ, ശിവപ്രസാദ് എന്നിവർക്കും ആകർഷകമായ കവർ ഡിസൈൻ ചെയ്ത കെ ടി വിനോദിനും എന്റെ സ്നേഹാഭിവാദ്യങ്ങൾ.

ചുരുങ്ങിയ വാക്കുകളാൽ കവിതകളെ വായിച്ച് പ്രകാശസമാനമായ ഒരു ബ്ലർബ് എഴുതിത്തന്ന ഏറ്റവും പ്രിയപ്പെട്ട സച്ചിദാനന്ദൻ മാഷിന് എന്റെ സ്നേഹാഭിവാദ്യങ്ങൾ.

ആഴത്തിലുള്ള ഒരു പഠനം എഴുതി മായാ ഏയ്ഞ്ചലോയോട് എന്നെ ഉപമിച്ച ഡോ. ഐറിസ് ടീച്ചർക്ക് എന്റെ സ്നേഹാലിംഗനം.

ജീവിതം മരണത്തോട് ആസക്തി കാണിച്ചപ്പോൾ കവിത ജീവിതത്തിന് പ്രണയവഴികൾ ഒരുക്കി.

ഈ തെരുവുകളിൽ എന്റെ അക്ഷരങ്ങളുടെ തളിർപ്പുകൾ നിങ്ങൾ കണ്ടെത്തുക.

സ്നേഹപൂർവ്വം
വിജില

വേരുകൾ നിരന്തരം

"മറിച്ചിടുക മുന്നേറുക
ഒഴിഞ്ഞ പേജുകൾ നമുക്കുള്ളതാണ്"
"ഒഴിഞ്ഞയിടങ്ങൾ
ഒറ്റപ്പെട്ടവർക്ക് വന്നിരിക്കാനുള്ളതാണ്"
രാത്രികളെ തെളിച്ച് തെളിച്ചുപോകുന്ന
തരിശുനിലങ്ങളിലൂടെ
ഉറക്കം
കുറേ ചെടികളുടെ തളിർപ്പുകളായ്
വാഴക്കൈകളായ്
നീണ്ടുനീണ്ടു വരുമായിരിക്കും.
രുചിമുകുളങ്ങൾക്ക് ശമനമെന്നവയുടെ വേരുകൾ
ആശ്വസിപ്പിച്ച്
എല്ലാ അലച്ചിലുമവസാനിപ്പിച്ച്
വിശ്രമിക്കാൻ
തണലൊരുക്കുമായിരിക്കും.
ഗൂഗിൾ പരിധിയിലല്ലാത്ത
ദേശത്തെ ചിലയിടങ്ങളിലൂടെ
എന്റെ കാടലച്ചിലുകൾ

കറുത്തവരുടെ കടലിലെ
വെളുത്ത പെണ്ണിനെ
വെളുത്തിരയെന്ന് വിളിച്ചിരുന്നു.
വേരൻ, പാറൻ,

12 പച്ച പൊങ്ങ് പെരുവഴി

വിജില

കണ്ണാളൻ, അണിയറ, മാണിക്യം
കൊറുമ്പി, കണ്ടത്തി
അരുമ, തെയ്യത്തിര
അരിയായി, കനിയായി....
പേ(വേ)രുകളിലെ കവിത
ഇപ്പോൾ കേൾക്കാം.

തകരത്തളിർപ്പുകൾ തിരഞ്ഞു നടന്നു.
നല്ല കൂവ വിളഞ്ഞുകിടന്ന നായർത്തറവാട്ടുകാരുടെ
തർക്കഭൂമിയിലേക്ക്
ചാഞ്ഞ മുരിങ്ങമരം,
ചെറുകിഴങ്ങിൻ വള്ളികൾ
മധുരക്കിഴങ്ങ്, നീരൂരി,
കച്ചൂരക്കിഴങ്ങുകൾ
മരംകൊത്തികളുടെ കാഞ്ഞിരമരങ്ങൾ,
കപ്പക്കൂടങ്ങൾ, അയിരാണിപ്പൂവുകൾ
ആനക്കുറുന്തോട്ടി
മാങ്ങാഇഞ്ചി, പാറോത്ത്, പാണൽ, വെള്ളിലകൾ
ഭൂരിപക്ഷമായ് നിരന്ന
കമ്യൂണിസ്റ്റ് പച്ചകൾ
ആരെയും കൂസാതെ
ഏഴിലംപാലകൾ,
പാവങ്ങളുടെ പാർക്ക്,
യൗവനം പന്താടിയ
കളിക്കളങ്ങൾ,
കുന്നിനപ്പുറം പോവാത്ത
സരിഗമപധനികൾ,
നേരം പോയ്
നേരം പോയെന്ന നേരോടെ പൂമാതൈപൊന്നമ്മപ്പാട്ടുകൾ
സാരി കീറി കെട്ടിയവരുടെ
സ്റ്റേജുകൾ,
ചുവടുകൾ, കോലടികൾ,
"കാഫുമ്മല കണ്ട പൂങ്കാറ്റുകൾ....."
ഓടക്കുഴൽ വാദനങ്ങൾ
ആടുകളും പൈക്കളുമായി ഇടയകളായ അമ്മമാർ,
"എയ്യയ്യോ...."എന്നാരവത്തോടെ
ഇത് ഓണക്കാലമെന്ന്
അമ്പെയ്ത്തുകളങ്ങൾ, സർക്കസ്കൂടാരങ്ങളൊരുക്കിയ
സിനിമാറ്റിക്സ്വപ്നങ്ങൾ,

14 പച്ച പൊങ്ങ് പെരുവഴി

വിജില

ഒരിക്കലും വറ്റാതെ
ഉറവ കാത്ത കൊല്ലിക്കിണർ,
ടവറിന് ചിറക് വിരിക്കാൻ
കാത്തുകിടക്കും നെല്ല്യാടിക്കണ്ടിക്കുന്നുകൾ...

കേസ് ജയിച്ച്
പങ്കുവയ്ക്കപ്പെട്ട ഭൂമിയിലിപ്പോൾ
കുറേ വീടുകൾ
ഓർമ്മകൾ ഉയിർത്തപ്പോൾ
മതിലുകളുടെ തേങ്ങൽ.
വീടുകളെ പൊതിഞ്ഞ നീലപ്പെയിന്റുകൾ
ഒരലയായ് പ്രളയത്തെ ക്ഷണിക്കുന്നതുപോലെ.
ഏറെക്കാലം കരയാതെ
കരയാതെ
കരയാതിരുന്നവൾ

എല്ലാ മതിലുകൾക്കെതിരെയും
കുറേ വാക്കുകൾ
കോട്ട പണിയാറുണ്ട്
ഏറെ നാൾ
ഏറെ നാൾ
വിശ്രമിക്കാറില്ല
വിയർത്തുപോയ പേനകൾ
"ഒഴിഞ്ഞ പേജുകൾ
മുറിവേറ്റവർക്കുള്ളതാണ്"
ഇപ്പോൾ
എന്റെ കടലാസുതുണ്ടകൾ തന്നെ
എന്റെ മതിൽപ്പുറങ്ങൾ

ആകാശത്തിലൊരു കൊളുത്തിട്ട്.....

ഈ മഴയൊക്കെ നിലയ്ക്കുമ്പോഴോ
പെയ്യാത്ത കണ്ണീരിനൊരു
വലക്കണ്ണിയുണ്ടെന്ന്
തിരയെണ്ണുമ്പോഴോ
നിന്റെ കണ്ണിൽ നോക്കാതെ നോക്കാതെ
ഈ ഹൃദയം മിടിക്കാതിരിക്കുമ്പോഴോ
ഈ ഏകാന്തതയിൽ
ഈ മൂകതയിൽ
ചുരുണ്ടുകൂടി
നിശ്ചലയാവുമ്പോഴോ
അപരിചിതയായ
എന്നോട് തന്നെ കലഹിക്കുമ്പോഴോ
ഞാൻ നിന്നെയോ
നീ എന്നെയോ
മറന്നുമറന്നുമരിച്ചുപോവുക?

ആകാശത്തിലൊരു
കൊളുത്തിട്ട്
ദു:ഖങ്ങളെ
കണ്ണീരിനെ
ഒട്ടിച്ചുവെച്ചാൽ
പിന്നീട് പെയ്യും
മഴയിൽ

നാം മാത്രമുണ്ടാകാൻ
നാം സ്വാർത്ഥരാകും
നിന്റെ നിരാകരണങ്ങളുടെ
സ്വരമതിൽ ഒഴുക്കാകുന്നത്
ഞാൻ മാത്രം തിരിച്ചറിയും

ആകാശത്തിലൊരു
കൊളുത്തിട്ട്
സ്വപ്നങ്ങളെയോ
നമ്മുടെ കണ്ണുകളെയോ കോർത്തുകെട്ടിയാൽ
പിന്നീടുദിക്കും സൂര്യനിൽ
നമ്മളൊന്നായൊട്ടിച്ചേർന്ന്
ചുവന്നുചുവന്നാരാലും
കാണാതെ അസ്തമിക്കാൻ
മുരിക്കിൻപൂക്കളായ് അടരുമ്പോൾ

ആകാശത്തിലൊരു
കൊളുത്തിട്ട്
നഷ്ടങ്ങളെയും
മുറിവുകളെയും
മേഘങ്ങളോട് തുന്നിക്കൂട്ടി പെയ്തൊഴിയൂ
എന്ന് ഞാനാജ്ഞാപിച്ചാൽ
നമ്മുടെ പൊട്ടിച്ചിരികളാൽ
മഴ
മരുന്നായി
മുറിയാതെ മുറിയാതെ
പെയ്തെങ്കിലെന്ന്
നാം രണ്ടിടത്തിരുന്ന്
കൊതിച്ചുപോകും
ഓർമ്മകളെ
ഏഴുവർണ്ണങ്ങളോടൊപ്പം
കിടത്തി
നെടുവീർപ്പിട്ട്
കാത്തിരുന്നുപോകും
നിശ്ശബ്ദത പുറംചട്ടയാക്കി
ശിലകളായ
നമ്മിലെ
അനേകം
ശബ്ദതാരാവലികൾ

തമ്മിൽത്തമ്മിൽ
വായിച്ചു വായിച്ചു
മടക്കിവയ്ക്കാനാകാതെ.

മൗനമേ
മാനമേ
എന്ന്
വേരുകളാഴ്ത്തുമ്പോൾ
ഓർത്തോർത്ത് ജീവിച്ചിരിക്കുന്ന
നീയോ
ഞാനോ
ആകാശത്തിലൊരു
കൊളുത്തിട്ട്
നമ്മെ വേർപെടുത്താൻ....

ഓർമ്മകളാൽ

കുറേപ്പേർ ഉറങ്ങാൻ കിടന്ന രാത്രി കുറേയേറെപ്പേരുറങ്ങുന്നു
കുറച്ചുപേർ മാത്രം ഉറക്കത്തെ പാലുകുടിപ്പിച്ച് കറുപ്പിക്കുന്നു
കറുപ്പിനുള്ളിലെ നിറങ്ങളെ തൊട്ട്
സ്വപ്നങ്ങളോടൊട്ടിക്കിടക്കുന്നു

കുറേപ്പേർ കടന്നുപോയ വഴിയിൽ കുറച്ചുപേർ അയാളെ കണ്ടു
വളരെ കുറച്ചുപേർ അയാളെപ്പറ്റി പറഞ്ഞു
ഞാൻ മാത്രം അയാളെ വരികളിലൊളിപ്പിച്ചു.
നടുറോഡിലെ കുഞ്ഞുപാർക്കിൽ അയാൾ പച്ചതൊട്ട് നില്ക്കുന്നു.
ഇലകളെ കാത്തുനില്ക്കും മണ്ണിത്തിരി ചുവന്നിട്ടുണ്ട്.

ഉറങ്ങാതെ
ഉറങ്ങാതെ
വളരെ കുറച്ചുപേർ മാത്രം
"എന്നെ കൊല്ലാൻ വരുന്നേ" എന്ന് നിലവിളിച്ച്
പ്രഭാതങ്ങളിലേക്ക്
കുഴഞ്ഞുപോയ ശരീരവുമായി....
രക്തം വാർന്നൊലിച്ചതെങ്കിലും
നീ ഒരു സൂര്യനെന്ന്
ചെങ്കൊടി പുതപ്പിച്ച് കണ്ണീരിനാൽ കണ്ണിനെ മടക്കുന്നു.
മൗനത്താൽ വലഞ്ഞ കുഞ്ഞുങ്ങളുടെ മുഷ്ടികൾ
വാനിലുയരുന്നില്ല
ഇനിയൊരു സൂര്യനും ഇതുപോലുദിക്കില്ല

ഓർമ്മകളെ എവിടേക്ക് ഒഴുക്കിയാലും
ഭൂമിയിലെ വേരുകളതൊക്കെ വലിച്ചെടുത്ത്
വൻവൃക്ഷമാക്കിക്കളയുമോ

കാടിനുള്ളിലെ ഒരു മകനെ മറക്കാൻ തന്നെ
വഴിയിൽ കണ്ട
മനുഷ്യനെ
വീണ്ടും വീണ്ടും
എന്റെ മനസ്സിലേക്ക് കൊണ്ടുവന്നു.
മുഖത്തുവീണ പ്രകാശത്തെ
മറച്ചുപിടിക്കാനാവാതെ
ഓർമ്മകളെ വേരോടെ പിഴുതെറിയാൻ തന്നെ
വേണമല്ലോ
ഒരുപിടി മണ്ണെന്ന മട്ടിലാണയാളുടെ നില്പ്പ്,
കാർ അകലെ പാർക്ക്ചെയ്ത്
ഒറ്റയ്ക്ക്

അനേകം പേർ ജീവിച്ച മണ്ണ്
അനേകം രക്തങ്ങൾ
വളമായ മണ്ണ്
ഓർമ്മകളെ സിമന്റ്തേച്ച്
ശില്പങ്ങളാക്കിയ
മേസ്തിരിമാരും
കലകളിലൂടെ ചിലതെല്ലാം മറച്ചുപിടിക്കുകയാണെന്നു മാത്രം
കുടവുമായി ജലമെടുക്കും മുടി നീണ്ട പെണ്ണും
കൂപ്പുകൈകളും
തോണിയും കടത്തുകാരനും
പുഴവക്കത്തെ കൊക്കും
അവരുടെ സൃഷ്ടികൾ

അക്ഷരങ്ങൾക്കായ്
കെട്ടുപോകാത്ത വിശപ്പിൽനിന്ന്,
ഓർമ്മകളെ മറയ്ക്കാനാവാത്ത കൂട്ടുകാരുടെ കണ്ണുകളിൽ നിന്ന്
വിതുമ്പിക്കൊണ്ടിരിക്കുന്ന
വാക്കുകളിൽ നിന്ന്
മടങ്ങാനാവാതെ
നമ്മളും
നനഞ്ഞ ചുമരുകളിലെല്ലാം
ഒരു സൂര്യനെ കാണുന്നു

എവിടെ നോക്കിയാലും
ചുവന്നുപോയ മതിലുകൾ

നാളെ
ഇനി ഒരാൾ
സ്മാരകങ്ങൾക്കായി
സിമന്റ് കുഴച്ചാൽ
മകനേ നിന്റെ ചിരിക്കുംമുഖമോർത്ത്
കൈ കുഴഞ്ഞുപോകുമല്ലോ
മുഷ്ടി ഉയരുമ്പോൾ
ഒരു തീ എരിയുമല്ലോ

അനുരാഗഗീതം

ഹൃദയത്തിനിപ്പോൾ വയലിനിന്റെ രൂപമാണ്.
അത് നിന്റെ ഒച്ചകൾക്കൊപ്പം
ചലിക്കുന്നു.
നമുക്ക് നടക്കാനുള്ള പാതകളിലെ
കരിയിലകളുടെ താളത്തിൽ,
നമുക്ക് ചേക്കേറാനുള്ള ചില്ലകളിലെ പക്ഷികളുടെ
തൂവൽപ്പെരുക്കങ്ങളാൽ
അത് കാട്ടിത്തരുമത്രേ
നമുക്ക് പറക്കാനുള്ള
ആകാശദൂരങ്ങൾ

മറഞ്ഞുനില്ക്കുന്ന നമ്മെ പരിഭാഷപ്പെടുത്തുന്നു
മേഘത്തിൻ ലിപികൾ.

മഴയെന്ന സ്വരം
കാറ്റെന്ന രാഗം
വെയിലെന്ന പതിവുപല്ലവി.
സ്വപ്നങ്ങളാൽ പൊതിഞ്ഞ
മദ്ധ്യാഹ്നത്തിന്റെ അനുപല്ലവി.
വിഷാദരാഗത്തിൽ സന്ധ്യയുടെ ചരണം
രാവിൻമൗനത്തിലാലാപനം.
"മൃത്യുവിന്റെ ശ്രുതിയിൽ അനുരാഗത്തിൻ ലയം.
അനുരാഗത്തിൻ ശ്രുതിയിൽ മൃത്യുപോൽ ലയം"
എന്നുതന്നെയാണ് നിരന്തരം പാടിക്കൊണ്ടിരിക്കുന്നത്.

വിട്ടുപോയത്

അവളുടെ മുടി നരച്ചാലെന്താ
മുറുക്കിത്തുപ്പിച്ചെടികൾ
അമാവാസിയഴകോടെ
അവളെ തലോടുന്നുണ്ട്.

അവളുടെ പേന ചലിച്ചില്ലെങ്കിലെന്ത്
മുറ്റത്തെ നിലാച്ചെമ്പകത്തിന്റെ കാവ്യഭാഷ
അവൾക്ക് മാത്രം സ്വന്തം.

ഒരു മഴ അടിമുടി നനഞ്ഞില്ലെങ്കിലെന്ത്
മരുഭൂമി കടന്ന് കപ്പലുകയറിയ ഒരുവൻ
അവളെ പൂത്തുലയ്ക്കുന്നുണ്ട്.

ആരുടേയോ വാടകവീടായാലെന്ത്
അടിവയറ്റിലെ വേദനയും താങ്ങി
ചുമരിലെ കുഞ്ഞുങ്ങളുടെ വരകളും നോക്കിക്കിടക്കുമ്പോൾ
വിരലുകൾക്ക് നിറം ചാർത്താൻ
നെയിൽപോളിഷുമായി
ഒരു കവിത കടന്നുവരും
അഴിഞ്ഞുപോയതൊക്കെ കെട്ടിവെച്ച്
കവിളിലൊരു കുഞ്ഞുമ്മ തന്നിട്ടുപോകും.

അവളുടെ പലഹാരങ്ങൾ
ഡൈനിങ് ഹാളിനെ അലങ്കരിക്കുമ്പോൾ
നിന്നെപ്പോലെ മറ്റാരുമില്ലെന്ന്
വാഴ്ത്തിപ്പാടുന്ന
വീടൊരു അൾത്താരയാകുന്നു.
രസതന്ത്രങ്ങളറിയാതെ
കുറേ പെരുവിരലുകളുയരുമ്പോൾ

ഒരു ചിത്രം വരച്ചില്ലെങ്കിലെന്ത്
അവൾ വളർത്തുന്ന
മുയൽക്കുഞ്ഞുങ്ങൾ നിലാവിനെ വരയ്ക്കുന്നുണ്ട്.

ചരിത്രത്തിലെ ഒരുയുദ്ധവും നേരിട്ടു കാണാത്തവൾ,
പറിച്ചുനടപ്പെട്ടവൾ
വേരുകൾ വേർപെടുത്തുന്ന
അവളുടെ ഓരോ ഇടങ്ങളും.....

നിശ്ശബ്ദത ശീലിച്ചിട്ടില്ലാത്ത
മരുഭൂമിയിലെ
മണൽത്തരികൾ

ഏത് ഋതുവും വസന്തമാക്കുന്ന വിദ്യ അറിയാവുന്നവളുടെ
പാതകളിൽ
ഒന്നു തിരിഞ്ഞുനോക്കാൻ
വാകമരങ്ങളും കൊന്നകളും
അഭിവാദ്യങ്ങളുമായി കാറ്റുമുളുമ്പോൾ
ഋതുമതികളേ
നിങ്ങൾ സ്വയം
ബ്രേക്ക് ചെയ്തത്
ആരോ പണിതുവെച്ച
കെണിനിലങ്ങൾ,
ഒതുക്കിവെച്ചത്
ആരുടേയൊക്കെയോ
ഫയലുകൾ.

ഇനിയുമെഴുതിത്തീർക്കാത്ത പരീക്ഷാക്കാലങ്ങൾ

റെയ്നോൾഡ് പേന കൈയിൽപ്പിടിച്ച്
വിയർത്തുപോയ ആ പാവാടക്കാലം...
ഒന്നും ചേരുംപടി ചേർന്നില്ലേലും
പൂരിപ്പിച്ചുകൊണ്ടേയിരിക്കുന്നു

ഉറപ്പുള്ള ഉപമകൾ

ഉറപ്പുള്ള
ഒരു വിത്തിനു വേണ്ടി
മണ്ണ് നെഞ്ചുവിരിക്കുംപോലെ
നിങ്ങൾ
ഹൃദയം തുറന്നിട്ടുണ്ടോ
ഉറപ്പില്ലാത്ത
ഒരു നോട്ടത്തിനു വേണ്ടി.
എല്ലാ ദിവസവും
ചിരിച്ചു പിൻവാങ്ങുന്ന
ഒരു വെയിലിനു മുന്നിലെ
സന്ധ്യയെപ്പോലെ
അല്പനേരം നിങ്ങളും
"മരണമേ നീ
വരികയെന്റ?
പ്രണയഗാനം കേൾക്കാൻ വീണ്ടും" എന്ന
പാട്ടു മൂളിയിട്ടുണ്ടോ?

വിരൽച്ചുണ്ടിപ്പലകകൾ
ഉറപ്പിച്ചിട്ടുണ്ടാകും എന്ന
ഉറപ്പിന്മേൽ
യാത്ര പോയിട്ടുണ്ടോ
വിലക്കപ്പെട്ട കനികൾ
എന്ന ഉപമയുമായി

ഉറപ്പില്ലാത്ത
ഒരു നാളേക്കു വേണ്ടി
സ്വപ്നങ്ങളെ
പുതപ്പാക്കിയ
നിങ്ങളുടെ ചുണ്ടുകളിൽ
കരുതിവെച്ച
ഉമ്മകളെ
കാറ്റ് കവർന്നതായി
ഓർത്തെടുക്കുന്നുണ്ടോ

കനൽക്കുപ്പായമണിഞ്ഞ ഒരു പെണ്ണിനെപ്പോലെ
എന്നുറപ്പിക്കുന്നു
പുലരി വരുമ്പോൾ

പുസ്തകമായി
പാദങ്ങളായി
നിവരുന്ന അവളുടെ
താളുകളിലാണ്
പ്രപഞ്ചത്തിന്റെ
പരിക്കുകളില്ലാത്ത ഭാവി.

എങ്ങനെ എഴുതിയിട്ടും

ഉറക്കത്തിൽ
ഒരു കടലാസുതുണ്ട്
വന്നെന്നെ തള്ളിയിട്ടു.

ഞാനിപ്പോൾ ഒരു മരത്തിൻ ചുവട്ടിലാണ്.
ഒരു മരക്കൊമ്പെന്നെ ഉരുട്ടിക്കൊണ്ടിരിക്കുന്നു.

നനവ് ഞാനറിയുന്നു
ചൂടിൽ എന്റെ ഉടൽ പൊള്ളുന്നു
തണുപ്പിലൊരുടുപ്പ് തേടുന്നു.

ഏകാന്തതയെ മറികടക്കാൻ പഠിക്കുന്നതുപോലെ

മരക്കൊമ്പിൽ പിടിക്കാൻ പറ്റുന്നില്ല.
അതൊരു കച്ചിത്തുരുമ്പായ് ഹൃദയം മിടിക്കുന്നുവല്ലോ എന്ന്
പാടിക്കൊണ്ടിരിക്കുമ്പോഴും.

ഒരു നിലവിളിയും കേൾക്കാതെ
ഒരാരവവും ശ്രദ്ധിക്കാതെ
നടന്നുപോയ വഴികളിലൂടെയൊക്കെ
ഞാനുരുണ്ടുകൊണ്ടിരുന്നു.

തുറിച്ചുനോക്കുന്നെൻ പേന
അടിച്ചുപൊട്ടിക്കാൻ കണ്ണീർക്കവിതക്കുടങ്ങളെ
പകരമായ് തെറിക്കവിതകളുടെ നിരയൊത്ത നില്പുകൾ.

ഞാനുരുണ്ടുകൊണ്ടിരിക്കുന്നു
എന്റെ ഉരുക്കങ്ങൾ ഇപ്പോൾ മണ്ണൊപ്പിയെടുത്തുകഴിഞ്ഞു.

മാഞ്ഞുപോകാം
വായിക്കപ്പെടാതെയുമിരിക്കാം
എങ്കിലെന്ത്?
വരികളോടൊപ്പം
ശരികളോടൊപ്പം
ഈ ഉരുണ്ടുപോക്ക് അനിവാര്യമാണ്

നിശ്ശബ്ദതയാൽ

നിശ്ശബ്ദതയാൽ
ചുമരൊരുക്കി
ഏകാന്തതയാൽ
മേല്ക്കൂരയൊരുക്കി
കരിയിലകൾക്കുമീതെ
ഞാൻ കിടക്കുന്നു.
എന്റെ പാതയിലെ
കല്ലുകൾ അപശ്രുതികൾ എന്നെഴുതിക്കൊണ്ട്
ഉരുണ്ടുപോകുന്നു.
ചുംബനമുദ്രകളാൽ
ചുവപ്പിച്ച് മുള്ളുകൾ
എന്റെ സ്വപ്നങ്ങളിൽ കണ്ണുറപ്പിച്ച് കൂർത്തുകൂർത്തങ്ങനെ

പൂവുകളിലെ ചിരിയെ കെടുത്തരുതേ
ഇറുത്തിടരുതേ
ഹൃദയം
മുറിപ്പെടുത്തരുതേ
ഇതളുകളെ

ഉഴുതുമറിക്കപ്പെട്ട ഭൂമിയിൽ
വേരുകളെ വേർപെടുത്താതെ
എങ്ങനെ

എന്റെ കല്ലറയിൽ
നീ വരില്ലെങ്കിലും
നിന്റെ ഗാനത്തെ
നീ അയയ്ക്കുക
എന്റെ പൂക്കളെ
വിരിയിക്കുക
എന്റെ പാട്ടിനെ
നീ മാത്രം കോന്തലയിൽ
ഒരു നെല്ലിക്കയായ്
കെട്ടുക
"നിന്റെ പൊട്ടിച്ചിരി
മറക്കില്ല" എന്ന്
എന്റെ നെറ്റിയിലെഴുതുക

മടങ്ങുക
മടങ്ങുക

തിക്തസാക്ഷി

സൂര്യനെ
ആഞ്ഞുപുല്കി
കരിഞ്ഞർദ്ധചന്ദ്രയായ
പാതിരാഭിക്ഷുകി
പാതി തിരയായവൾ
അവളുടെ ഓർമ്മകളെ അളക്കാൻ ഒരു അമാവാസി
കാത്തുകിടക്കുന്നു.
ചുവക്കാനുള്ളതാണ്
അർദ്ധായുസ്സ് എന്ന്
തിരിച്ചറിയുവോളം
നീ വരച്ചിടുമ്പോൾ
നിന്റെ ഓർമ്മയിലൊരു
സുഗന്ധവുമില്ല.

എന്നിട്ടും കള്ളമല്ലെന്ന് വിശ്വസിച്ച്
നീയെത്ര പ്രകാശം
ചൊരിഞ്ഞൂ
എനിക്കായ്
എന്റെ ഇല പൊഴിഞ്ഞ തണ്ടിനായ് എന്ന്
വേരുപടലങ്ങളാലെഴുതിക്കൊണ്ടിരിക്കുന്നു.
ഉറപ്പില്ലാ മണ്ണിൽ
പാതി മഴയായവളെയും
സൂര്യകാന്തിയെന്നു വിളിക്കാം

വിജില

മേഘം കൈക്കൊണ്ടതവളുടെ
കണ്ണുനീർക്കുടങ്ങൾ
പാതി സന്ധ്യയായവളെയും
സൂര്യകാന്തിയെന്നു വിളിക്കാം
ചങ്ക് പറിച്ചെറിഞ്ഞ്
ചുവന്നവളെങ്കിലും ഒറ്റയുടയാടയാൽ മഞ്ഞചുറ്റി
സ്വയം മറയുന്നതാകയാൽ
നക്ഷത്രങ്ങളുടെ
നിലാവിന്റെ
കൂട്ടുകാരിയാകയാൽ
പകലവന്റെ
പഴികേട്ട് പഴികേട്ട്
ഒരു പകൽജന്മം മതിയാക്കി
മഞ്ഞച്ചിറകുകൾ പൊഴിച്ച്
നടുനിവർന്ന
ഒരു കരിന്തുമ്പി
നീ വരച്ചിട്ട
സൂര്യകാന്തിപ്പാതി
ഞാൻ

വിയോജിപ്പുകളോടെ

പണിയെടുക്കുന്നു.
വോട്ട് രേഖപ്പെടുത്തുന്നു.
സസ്യാഹാരം കഴിക്കുന്നു.
കറിക്കത്തിയെടുക്കുന്നു.
കൂട്ടുകാരോട് സ്നേഹം പങ്കിടുന്നു.
മാളുകളിൽ കയറുന്നു.
ചടങ്ങുകളിൽ സാന്നിദ്ധ്യമറിയിക്കുന്നു,
വീടുകളിൽ കഴിയുന്നു
മുതിർന്നവരുടെ ഉപദേശങ്ങളിൽ
തലകുലുക്കുന്നു.
ആശുപത്രിയിൽ കഴിയുന്നു.

സ്വപ്നം കാണാനോ
പൊട്ടിച്ചിരിക്കാനോ കഴിയാതെ
ഇരുട്ടിനെ
നെടുവീർപ്പിനെ
കെട്ടഴിച്ചുവിടുന്നു

അപ്പോൾ
അപ്പോൾമാത്രം
സമാധാനിക്കാൻ ശ്രമിക്കുന്നു.
വിയോജിപ്പുകളോടെ

ചെങ്ങോട്ടുമല

എന്റെ കൂട്ടരേ
നിങ്ങൾ കണ്ടിട്ടുണ്ടോ?
ചെങ്ങോട്ടുമലയൊരു നീലിമല
അവളുടെ മുടി നിങ്ങളരിഞ്ഞുകൊള്ളൂ
അവളുടെ തല നിങ്ങളരിയരുതേ
അവളുടെ മാറ് പിളർക്കരുതേ
അവളുടെ ചങ്ക് കലക്കരുതേ
നമ്മുടെ മുത്താച്ചിമല തന്നെ
ചെങ്ങോട്ടുമല.
വെള്ളില പോലെ തെളിഞ്ഞവള്
കാന്താരി പോലെ ഉശിരുള്ളോള്
കാക്കക്കറുപ്പ് പുറത്തുകാട്ടീ കാരിരുമ്പിന്നുടലുമായി
നാടു കാക്കും കനിവാണവൾ
ആരിത് കാക്കണം കുഞ്ഞുങ്ങളേ
നമ്മള് കാക്കണം
കുഞ്ഞുങ്ങളേ
നാളത്തെ മക്കള് ചോദിക്കില്ലേ?
മലയുടെ തല നിങ്ങൾ
കൊയ്തുവീഴ്ത്തി
നിങ്ങടെ നാവാര് എയ്തുവീഴ്ത്തി?
ഉത്തരം വേണം
ഉണർവ്വും വേണം
നാളത്തെ മക്കൾക്ക്

നല്ല കുടിനീര് തന്നെ വേണം.
നല്ല ഇരിപ്പിടം തന്നെ വേണം
നീണ്ടുനിവർന്ന് തല ചായ്ക്കണം
കേടില്ലാക്കാറ്റിന്റെ പാട്ടും വേണം
ചെങ്ങോട്ടുമലയുടെ പാട്ടുവേണം
ഒത്തൊരുമിച്ചൊരു പാട്ടുവേണം.

എന്റെ ദേശം രാഗമില്ലാതെ പാടുന്നു

ഉഷ്ണകാലത്ത്
ബ്രാ മാത്രമിട്ട്
വിശറികൊണ്ട് വീശിയിരിക്കുന്ന
ഉന്നം പാറിപ്പറക്കും
ഉമ്മാരങ്ങൾ ഉണ്ടായിരുന്നു
ഞങ്ങളുടെ നാട്ടിൽ.

ഗ്രില്ലിട്ടതിനെ
മാറ്റിവായിച്ചതല്ല,
ശരിക്കും ഉള്ളതാ
കൊറുമ്പിയമ്മയെ
വെറുതെ ഓർക്കാനും മാത്രം
പറഞ്ഞതല്ല.

തമിഴ് പേശും
വള്ളിപ്പടർപ്പുകൾ
ഒരു പച്ചപ്പട്ടുസാരിയായ്
റോഡിൻ നടുവിലൂടെ ഇഴഞ്ഞിരുന്നു.
വേലികളുടെ
ഹുക്കഴിച്ചിട്ടതുപോലെ.
മാറ്റിവായിച്ചതല്ല
ശരിക്കും ഉള്ളതാ
മകൻ മരിച്ചതിൽപ്പിന്നെ

കുമാരിച്ചേച്ചിയെ നോക്കി
ആരും ചിരിച്ചിട്ടില്ല.

'അമ്മ കറുപ്പ്
മോള് വെളുപ്പ്
മോളുടെ മോളൊരു ചൊങ്കത്തി'
പാടും നാട്ടിൽ
നായരുടെ ഭാര്യ സരസയെന്താ
സാരി നേരെയിടാത്തതെന്നോ
ബീവിയുമ്മേന്റെ കെട്ട്യോൻ മരിച്ചതോ
ഉപേക്ഷിച്ചതോ
എന്നൊന്നും
ആരും തിരക്കാറില്ല.
വെള്ളിലകളുമായി
ചങ്ങാത്തം കൂടും
പെണ്ണുങ്ങളെ
ചാണകം മെഴുകി
കരിതേച്ചുമിനുക്കിയ
സ്വപ്നങ്ങളായി മാറ്റിവായിച്ചതായിരുന്നില്ല.

കഞ്ഞിക്കും പയറിനുമിടയിൽ കറമൂസകൾ
തിരയാറില്ല.
നാട്ടിലെ ഉസ്കൂളുകൾ
ഒരോലപ്പുരയായി കുനിഞ്ഞുനിൽക്കുന്നതിനെ
മാറ്റിവായിച്ചതല്ല.
പറായിയമ്മയെ
കുട്ടികൾ
കല്യാണിയമ്മയായി മാറ്റിവിളിച്ചുശീലിക്കേ.

ഏത് പീടികയ്ക്ക്
തീ പിടിച്ചാലും
പിടിക്കാനും
പഴിക്കാനും
കാട്ടുകോഴി എന്ന് വിളിപ്പേരുള്ള
കണാരന്മാരില്ല
ഇന്നു നാട്ടിൽ.
അംഗപരിമിതരെ

ആകാശവാണിയെന്ന് വിളിക്കും
നാല്ക്കവലകളുമില്ല.
അറബിനാടുകളിൽ,
അയൽദേശങ്ങളിലവർ
അഡ്മിനുകളായി
തുടരവേ...

എന്റെ ദേശം പലരുടേയും ദേശമാണെന്നിരിക്കേ
പുറ്റംപൊയിലുകാർ
പൂർണമാക്കുമീ കവിത
ഒഴുക്കിനെ അനേകം
വേരുകൾ ചേർത്ത്
ഒരൊറ്റ ഭൂപടമാക്കിനിർത്തും.

പാടിയും വരച്ചും
ഉ/ഇറങ്ങിപ്പോയവർ

രാഷ്ട്രമാതാവിന്റെ ചിത്രം വരയ്ക്കാൻ
ഇന്ത്യൻ പ്രധാനമന്ത്രി
എന്റെ അനിയനെ ഏല്പിക്കുന്നു.
ഉരുണ്ട മൂക്കും
തടിച്ച ചുണ്ടുകളും
ചുരുളൻ തലമുടിയും
കറുപ്പുനിറവുമുള്ള മാതാവിനെ വരച്ചു.
മുണ്ടും ബ്ലൗസും തോർത്തുമിട്ട മാതാവ്
പശ്ചാത്തലം പണിതീരാത്ത വീടിന്റെ
സാരി കീറി മറച്ച ജാലകപ്പടിയാകാം,
മൈലാഞ്ചിവേലി അതിരുകാണിക്കുന്ന കദീശുമ്മയുടെ മുറ്റമാകാം,
പായസം വെക്കാത്ത അമ്മയുടെ അടുക്കളയാകാം,
അതിഥികൾക്ക് ബീഫ് വിളമ്പുന്ന
അമ്മമ്മയുടെ ഡൈനിങ് ഹാളാകാം

2

സ്വാതന്ത്ര്യദിന ആഘോഷത്തിന്
ദേശീയഗാനം പാടാൻ
ചെങ്കോട്ടയിൽ എനിക്കുമാത്രം അവസരം കിട്ടി.
സരിഗമപധനി അറിയാത്ത
വന്ദേമാതരം വഴങ്ങാത്ത
എന്റെ തൊണ്ടയിൽ
"കാണുന്നീലൊരക്ഷരവും" തികട്ടിവന്നു.

ദക്ഷിണ കൊടുക്കാതെയും
ഒരു ഗുരുവിന്റെയും കാലിൽ വീഴാതെയും
ഞാനും ഒരു പാട്ടുകാരി എന്നഹങ്കരിക്കേ
ഫൂലൻദേവിയുടെ സ്വരം തട്ടി എന്റെ തൊണ്ടയടഞ്ഞു.
സാവിത്രിഭായി ഫൂലെയുടെ
അക്ഷരങ്ങളിൽ കുടുങ്ങി
ഞാനൊരു വെളിച്ചം കണ്ടു.
ഒരു ആധാറിൻ ചൂണ്ട എന്റെ ഉറക്കം കെടുത്തുമ്പോൾ
മൂത്രമൊഴിച്ചുപോയി.
ക്ഷമിക്കണം സുഹൃത്തേ,
ഏതോനേരത്തുറങ്ങിയ
ഞാനൊരു സ്വപ്നം കണ്ടതാണ്.

കണ്ണീർമൊഴി

നീ ഒറ്റയ്ക്കാവുമ്പോൾ
ആരും കാണാതെ
ഞാൻ വരുന്നില്ലേ
എന്നിട്ടും
നീയെന്നെ തുടച്ചുകളയുന്നു.
നിന്റെ ഹൃദയത്തിലേക്കെന്നെ
ചേർത്തുവെച്ചെങ്കിൽ
ഒരു കവിതയായ് കാലപ്പെടാതിരിക്കില്ല.

പൊട്ടാത്ത കൂട്ടുകൾ

എന്റെ ചെരിപ്പിട്ട്
നീ നടന്നത്
ഞാനറിഞ്ഞെങ്കിലും
മിണ്ടാതിരുന്നു ഞാൻ
പിണക്കത്തേക്കാൾ വേഗം
ഇണങ്ങുമീ ചെരിപ്പും
എന്നെപ്പോലെ
എന്ന ഉറപ്പിൽ
നീ ഏത് കല്ലും മുള്ളും
തള്ളുമെന്നറിയാം.

നീ അഴിച്ചിട്ട
ചെരിപ്പിലൂടെ
ഞാൻ നടക്കുമ്പോൾ
മഴയും വെയിലും
ഒരുപോലെ.
ദാരിദ്ര്യത്തിൻ സമ്പന്നത എന്ന വാറാണോ പൊട്ടിപ്പോയത്?
കൂട്ടുകെട്ടിൻ തയ്യലുകളാണോ
ചേർന്നുനില്ക്കുന്നത്?
സങ്കടവും പൊട്ടിച്ചിരികളും
ഒരു കാറ്റായെന്റെ കാലുകളെ
ഉലയ്ക്കുന്നുവല്ലോ
കൂട്ടുകാരീ
ചാർലി ചാപ്ലിന്റെ
ആരെങ്കിലുമാണോ നമ്മൾ?

നെല്ലിക്കയോളം മധുരിക്കുന്നു

നിഴൽ നിന്റെ ഭൂമി,
നിന്റെ കണ്ണുകൾ
നിന്റെ ജലാശയം

ചുരുങ്ങിച്ചുരുങ്ങി
ഉരുണ്ടുപോയെന്നും
നെല്ലിക്കയോളം മധുരിക്കുമീ
ലോകമെന്നും
പകുത്തുകൊടുക്കില്ലീ
ഹൃദയമെന്നും
എഴുതിക്കൊണ്ടിരിക്കുന്നു
നീ?

ശാന്തം
നിശ്ശബ്ദമീ ദ്വീപ്
അതിന്നുടയാടകൾ
പവിഴപ്പുറ്റുകൾ,
നിലാവിനെ പുണരാനായി
ഉടലഴിച്ചിട്ട പുഴ...
ആരാണ് നീ?

ജലം തൊട്ടെടുത്തു നീ
കവിത എഴുതിയെങ്കിൽ

അതിലൊട്ടിപ്പിടിച്ചുപോകും
അപരഹൃദയം
'അപര'മെന്ന് മൊഴിഞ്ഞാലും
'എന്റെ സ്വന്തം' എന്നത്
വിളി കൊള്ളും.
ഇത് എന്റെ നീല
വിശാലം
സുന്ദരം
എന്നതിശയപ്പെടും
തിര തൊട്ട് തിര തൊട്ട്
ചുവന്നസ്തമനമെന്ന
വാക്കറിയാത്തീരത്തെത്തി
മടുപ്പിനെ കുടഞ്ഞ്
ഒടുക്കം
ഒഴുക്കിനെ
ആശ്ലേഷിക്കുമവൾ.

പറഞ്ഞു പറന്നങ്ങനെ

“മരം നിന്റെ കാമുകനല്ലേ
മാനം നിന്റെ കിനാവുകളുടെ
പറുദീസയല്ലേ”

ഏകാന്തതയെ
ഒരു കൂടാരമാക്കി
നീ തന്നെ പണിതുവെച്ചെങ്കിലും
സങ്കടമെന്ന ത്രാസിനെ
നാടുകടത്താൻ മിടുക്കി.
കണ്ണീരും ചിരിയും
മാറി മാറി ഒഴുകും ദിനങ്ങളെ
ഒരു കപ്പലായി
പുതുക്കിപ്പണിത്
വെയിൽ നിന്റെ കിരീടമെന്ന്
അഹങ്കരിച്ചുകൊണ്ടിരിക്കും
ഏകാധിപതിക്കുള്ള കസേര
നീക്കിയിട്ടുതരും.
ലാഭനഷ്ടങ്ങളാൽ
കറുത്തുവെളുത്ത
കലണ്ടറുകളെ
ഒഴുക്കിലേക്കെറിയും.

“ഉണരുമ്പോൾ നിന്നെ
നേരെയാക്കുന്നു

നിത്യമൊരു സൂര്യൻ
കാവ്യപ്രകാശം"

നീണ്ടുപോകും നിഴലിനെ
ആഴത്തിലറിയാൻ
ഒരു തൊട്ടുതലോടലിൽ
ഒട്ടിപ്പോകും നിമിഷത്തിനായ്
പുറകെവന്ന നിന്നെ
ഹൃദയമേ...
ചേർത്തുപിടിച്ചല്ലോ
ഒപ്പിയെടുത്തതൊക്കെയും
പച്ചയിലലിഞ്ഞപ്പോൾ
ദൈവമുണ്ടോ എന്ന
സംശയമുതിർത്തല്ലോ...
വേരുറയ്ക്കുന്ന
കാറ്റേല്ക്കുന്ന
മണ്ണുമാത്രം
മതിയെന്ന ഉറപ്പിൽ
സ്വയമുറയ്ക്കാനും...

പുതുക്കിപ്പണിത
കപ്പലിന്നലങ്കാരങ്ങൾക്ക്
നൊണ്ണുകാട്ടിച്ചിരിക്കും
കുഞ്ഞുങ്ങളുടെ
അഴകാണല്ലോ ഇപ്പോൾ.

തൊട്ടാവാടിപ്പടർപ്പുകൾക്ക് മുകളിലാണ്
പെയ്തുതീരാക്കിനാവുകൾ

കള്ളിമുള്ളുകൾ സാക്ഷിയാണ്
വേനൽവിരലുകൾ തൊട്ടറിഞ്ഞ
ഗദ്ഗദങ്ങൾക്കും
കരിയിലകൾ നനവുമൂടി ഒളിപ്പിച്ച
വേരുകൾക്കും.

"നാളെ നമ്മുടെ കണക്ക്
ആരെടുത്താലും
നമ്മൾ മരങ്ങളാണ്

ഇണകളെന്ന്
ചില്ലകളുടക്കി
സല്ലപിച്ചാലുമില്ലെങ്കിലും"

പെണ്ണേ
നിന്റെ ആത്മഗതങ്ങളും
കാടുകളും തമ്മിലെന്ത്?

ഏത് യാത്ര
തിരികെയെത്തിച്ചാലും
പാൽപ്പല്ലുകളുടെ
ഏറ്റം പ്രിയപ്പെട്ട മണം നിന്റെ കൂടാരത്തെ
മൂടിയെന്നറിഞ്ഞു
ഞാനെന്ന നീയോ
നീയെന്ന ഞാനോ
ചുരുണ്ടുകൂടിചുരുണ്ടുകൂടി
തലയിലേറ്റിയതൊക്കെയും
കനംവെച്ചതൊക്കെയും
കുടഞ്ഞുകളയുമെന്നും
മാനംനോക്കിപ്പറക്കുമെന്നും
നീലതൂകിയ വിരലുകൾ
പച്ചപാകും വിയർപ്പുകൾ.

പ്രണയമെന്ന ചിത്രകാരി

എല്ലാവരെയും കൊണ്ട്
കവിത എഴുതിപ്പിക്കലാണോ
പ്രണയമേ
നിന്റെ പണി?

എല്ലാവരേയും
സ്വപ്നം കാണിക്കയാണോ
ഓർമ്മകൾ പെയ്യും
പാതയോരങ്ങളിലെ
പാരിജാതങ്ങൾ?

എല്ലാവരെയും
ആഴം കാണിക്കയാണോ
അസാന്നിന്ധ്യങ്ങളുടെ
അമാവാസികൾ?

മരങ്ങളെ പിൻനടത്തി
മരുഭൂമികൾ തീർക്കയാണോ
നീയും ഞാനുമില്ലാത്ത
ശൂന്യതകൾ?

കണ്ണുകൾ
ചുണ്ടുകൾ

കവിളുകൾ
ഹൃദയം
എല്ലാം
നിറം കൊടുത്ത്
മൂടുപടം പൊളിച്ച്
മതിലുകൾ
മാറ്റിപ്പണിയുകയാണ്
വെയിലുടുപ്പുകളണിയിച്ച്
വെളിച്ചം പെയ്യിച്ച്
പ്രണയമെന്ന ചിത്രകാരി
നിർഭയരുടെ സ്വന്തക്കാരി.

അനേകാന്തതയുടെ ഒരു മഞ്ഞത്തോണിയിൽ

നിശ്ശബ്ദതയാൽ
വരിഞ്ഞുമുറുക്കപ്പെട്ട
വള്ളമാണു ഞാൻ.

നാളുകൾ കഴിയവേ
എന്റെ അമരത്തു വീണ
ഒരുതരി മണ്ണിൽ
നീ മുളച്ചുപൊന്തിയിട്ടും...

എന്റെ അണിയത്തുവീണ
മാമ്പഴം കൊത്തിത്തിന്നാൻ വന്ന
കിളിയും നീ തന്നെ.
ചില ചില ചിലയ്ക്കുന്ന
കാടും
നീ തന്നെ.

അങ്ങനെ ഒഴുകാനായൊരുങ്ങുന്ന
ഞാനറിയുന്നു
വള്ളമല്ല ഞാൻ,
ഇപ്പോൾ എന്റെ യാത്ര
ട്രെയിനിലാണ്
ഒരു സ്ലീപ്പർകോച്ചിൽ.
ഒരു മഞ്ഞക്കാർഡ്

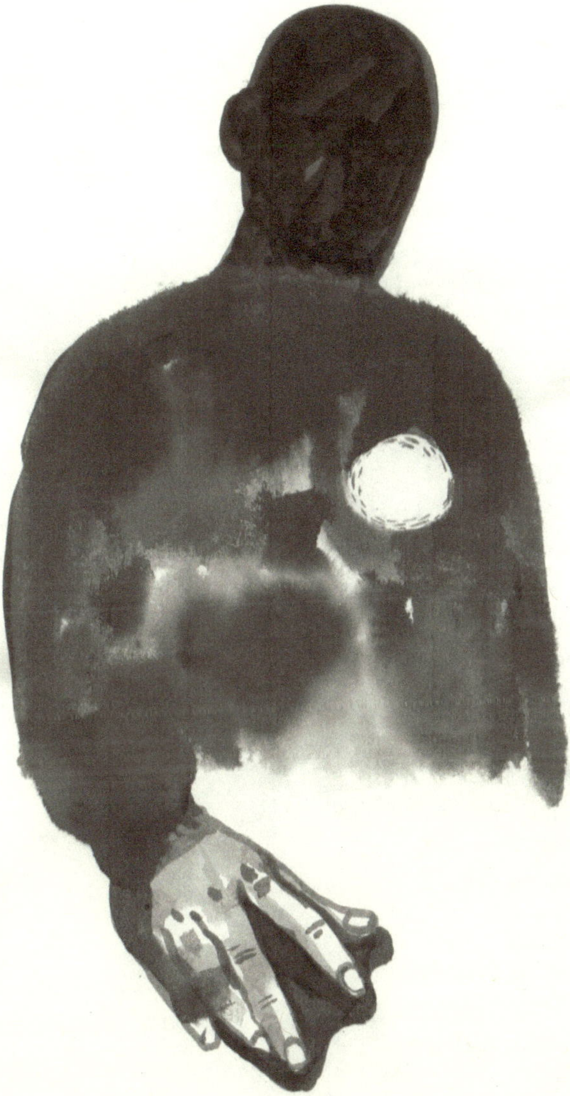

മടിയിൽ വീണുകിടക്കുമ്പോൾ
എന്റെ വള്ളം
വീണ്ടും നിശ്ചലമായി,
ശൂന്യമായി.
പുറത്തേക്ക് നോക്കി
പുഴകളൊക്കെ
തോടുകളെന്ന്
മാറ്റിവായിക്കുന്നു.
മഞ്ഞക്കാർഡിലെ അക്ഷരങ്ങൾ
വായിക്കുന്നില്ല.
“ഞാൻ മൂന്നുമക്കളുടെ അമ്മ
ഭർത്താവിന്റെ ഒരു കിഡ്നി
നഷ്ടപ്പെട്ടു.
താങ്ങാനാവാത്ത ചികിത്സാചെലവ്..
വൃദ്ധരായ മാതാപിതാക്കൾ,
സ്വന്തമായി വീടില്ല.
പേര് ഗൗരി”
ഗൗരിയുടെ ഗ്രാമമോ നഗരമോ
രേഖപ്പെടുത്തിയിട്ടില്ല.
സ്ത്രീകളായ സഹയാത്രികരെല്ലാം
കാർഡ് മാത്രം തിരിച്ചുകൊടുക്കുന്നു

വീണ്ടും മഞ്ഞടാക്സി കണ്ടു.
ഗ്രാമത്തിലുള്ള കൂട്ടുകാരിയുടെ
കാമുകന്
ഒരു മഞ്ഞടാക്സിയുണ്ടെന്ന്
പറഞ്ഞതോർത്തു.
ആ വണ്ടിയിൽ അവൾ
അയാളോടൊപ്പം
സഞ്ചരിച്ചിരുന്നത്രെ,
ഒരു സൂര്യകാന്തിയായി
പുഞ്ചിരിച്ചവളെ
ഓർമ്മകളിൽനിന്ന്
എങ്ങനെ ഞാൻ ഇറക്കിവിടും?

മഞ്ഞ മനസ്സിൽ നട്ടതാരാണ്?
ബസ് സ്റ്റോപ്പിൽ
ഫോണിൽ കണ്ണുംനട്ടിരിക്കും
പെൺകുട്ടിയുടെ പുഞ്ചിരിയിൽ

വിരിഞ്ഞ സൂര്യകാന്തിയെ
ഞാനും ഓമനിച്ചു.

വാടകവീടെത്താറായി.
സൂര്യകാന്തിപ്പൂക്കൾ വിരിഞ്ഞ
വഴിയരികിൽ
മഞ്ഞസാരി ചുറ്റിയ വീട്ടുടമ.
കോഴിക്കുഞ്ഞുങ്ങൾക്ക്
തീറ്റയുമായി വരികയാണ്.
ഒരുതരി മഞ്ഞപ്പൊന്നില്ല ദേഹത്ത്.
"അലേലുയ" തന്നെ അലങ്കാരം.
ആൺതുണയില്ലാത്തവളെന്ന്
നാട്ടുകാർ
എന്തിനിത്രേം സമ്പാദ്യമെന്ന്
അയൽപ്പക്കക്കാർ.
ആരെയും കൂസാതെ
മുറ്റത്ത്
കുറേ കോഴിക്കുഞ്ഞുങ്ങൾക്കൊപ്പം
അവരുടെ നിഴൽ, വെയിൽ

ഞാൻ വീണ്ടും
കെട്ടുവള്ളത്തിൽ
പെട്ടുപോയി.
എന്നെ നേരേ ഒഴുക്കാനൊരു
മഞ്ഞച്ചെവി ആര് മുറിച്ചിടും?

എന്ന് സ്വന്തം ചെമ്പരത്തി

തോറ്റുതോറ്റു
തലകുനിച്ചവളെന്ന്
തെറ്റിദ്ധരിക്കല്ലേ
എന്റെ കണ്ണിലെ
തീ കണ്ടവരൊക്കെ
പിന്മാറിയതോർത്ത്
മടങ്ങുകയാണ് ഞാൻ
മണ്ണിലേക്ക്.

മഴക്കുറിപ്പുകൾ

1

അത്രമേൽ അനുരാഗവുമായ്
ആഞ്ഞുപുല്കി മരിക്കാൻ വന്നവളെ
മണ്ണിലലിഞ്ഞപ്പോൾ മാത്രം
തിരിച്ചറിഞ്ഞു
ചേമ്പില

2

കണ്ണെഴുതി
കണ്ണെഴുതി
അവൾ
ഭൂമിയിലേക്കിറങ്ങി
മേഘമെന്ന പേര്
മാറ്റിയെഴുതി.

ഇണപ്പെണ്ണുങ്ങളുടെ ആകാശം

അവർ പരസ്പരം
കണ്ണിൽക്കണ്ണിൽ നോക്കി
നേരം വെളുപ്പിക്കും
മുടിയിഴകൾ തഴുകി
പ്രണയം മണത്തെടുക്കും.
മുലകളിൽ നോക്കി
മല കയറി
ഇന്നലെകളിലൊന്നിച്ചിരിക്കും
പൊതിക്കെട്ടുകളിൽ നിന്ന്
ഓർമ്മകൾ ആവിപറന്നെത്തുന്നു.
വാകമരച്ചുവട്ടിൽ
ഒരുവളുടെ മടിയിൽ കിടന്നുറങ്ങിയതും
ബോറൻ തിയറിക്ലാസുകളിൽ
പ്രണയക്കുറിപ്പുകൾ
കൈമാറിയതും
ഇരുപാളങ്ങളിലൂടെ
വിരലുകൾ കോർത്ത്
കടലോരം വരെ
കഥപറഞ്ഞ് നടന്നതും
കടിച്ച മുട്ടായിപ്പാതി
ഇഷ്ടത്തോടെ നുണഞ്ഞതും
ബസിൽകിട്ടിയ ഒറ്റസീറ്റിൽ
ഒരുവളുടെ മടിയിൽ കേറിയിരുന്നതും

തമാശകൾ പറഞ്ഞ് പൊട്ടിച്ചിരിച്ചതും
ഓർത്തെടുക്കും.

കുഞ്ഞുതാരകങ്ങൾ
പിച്ചവയ്ക്കുന്നതും
കണ്ണുചിമ്മുന്നതും
ചിണുങ്ങുന്നതും
വാത്സല്യത്തോടെ
നോക്കിക്കാണുന്നവർ,
കുഞ്ഞുടുപ്പുകളിലെ
ചുവന്ന മിനുക്കുകൾ നോക്കി
മുറിവുകളെ
വിസ്മരിക്കാൻ ശ്രമിക്കുന്നവർ,
നിലാവെന്ന പ്രലോഭനം
തൊട്ടടുത്ത് നിറഞ്ഞൊഴുകുമ്പോഴും
എത്തിനോക്കുന്ന ചന്ദ്രനെ മറികടക്കുന്നവർ.

സൂര്യനോടൊപ്പം
ഭൂമിയെ പച്ചപിടിപ്പിക്കാൻ
കരിവളയിട്ട്
കണ്ണിൽ സുറുമയെഴുതി
മേഘങ്ങളാകുന്നവർ
മഴവേഷത്തിൽ
പണിയെടുക്കുന്നവർ
തിടുക്കത്തിൽ പഞ്ച് ചെയ്ത്
കടൽവണ്ടിയിൽ ഓടിക്കയറി
മാർക്കറ്റിറങ്ങി
'ബ്രഡിനും ജാമിനും'
മുടിയിഴകൾക്കും
ഒളിയിടങ്ങളില്ലാത്ത
വീട്ടിലേക്ക്
ഓടിയണയുന്നവർ
നേരെ കത്തിനില്ക്കുന്നവർ.

മൈലാഞ്ചിയിടുന്ന സന്ധ്യകളെ സ്വന്തമാക്കി
കിനാവുകളോടൊപ്പം മലർന്നു കിടന്ന്
പാതിരാതിരകളോടെല്ലാം
പങ്കുവെക്കും.
രാത്രി അമാവാസിയെ കട്ടിമീശയെന്നു ഞെട്ടി

കണ്ണടച്ച്
അതിരുകളില്ലാത്ത
ഒരാകാശം
സ്വപ്നം കണ്ട്
ലിപ്സ്റ്റിക് പ്രഭാതങ്ങളിലേക്ക്
അലാറമില്ലാതെ
നേരം വെളുപ്പിക്കുന്നവർ.

ഒറ്റനില്പിലെഴുതിയവ

ഒറ്റനില്പിലെഴുതിയവ
കടുക് വറുത്ത മണമുള്ളവ,
മുളക് തേച്ചവ,
സോപ്പുപൊടി വീണവ,
വിത്തുകൾക്കൊപ്പം
മരുന്നുകുപ്പിക്കോ
എണ്ണക്കുപ്പിക്കോ അടിയിൽ
മേശമേൽ തലചായ്ച്ച്
ഗാഢനിദ്ര സ്വപ്നം കാണുന്നവ.

കൈകാൽ നീട്ടി
മുഖംമിനുക്കി
ഞാനിവിടുണ്ടേ എന്ന്
ഇമോജികൾക്കൊപ്പം
സ്മാർട്ടാകുന്നവ,
കാലിപ്പേജുകൾ നിവർത്തി
എന്റെ വിശപ്പടക്കൂ
എന്റെ ദാഹമടക്കൂ എന്ന്
കൈകാലിട്ടടിക്കുന്നവ,
മീൻമണമില്ലാത്ത വൈകുന്നേരങ്ങളിൽ
പൂച്ചയെപ്പോൽ
ചുരുണ്ടുകൂടുന്നവ,
കലണ്ടറിലേക്കും

ക്ലോക്കിലേക്കും
ഇടയ്ക്കിടെ നോക്കുന്നവ...

"കറന്റ് ബില്ലടച്ചോ,
ഗ്യാസ് തീരാറായോ,
എടീ ഒരു കപ്പ് ചായ,
മമ്മീ എന്റെ പെൻസിൽ കണ്ടോ
മോളേ എന്റെ കണ്ണട കണ്ടോ
ചേച്ചീ നിങ്ങടെ വീട്ടീൽ ഇപ്പോ കറന്റുണ്ടോ
പത്രം വന്നോ..."
എന്ന പതിവുകവിതകൾക്കൊപ്പം
മുറിവുകൾക്ക് ഉപ്പും
പൊള്ളലുകൾക്ക് തേനും
തന്നത്താൻ കരുതിക്കൊണ്ട്,
ഒറ്റനിൽപ്പിൽ മണ്ണിലാഴ്ത്താം.

അടക്കവും ഒതുക്കവുമുള്ള ഒരു ഫെമിനിസ്റ്റ്

ഉള്ളി ക്ഷമയോടെ പൊളിക്കുന്നവൾ
പിള്ളേരുടെ അപ്പി
അറപ്പില്ലാതെ
കഴുകുന്നവൾ
പ്രേമിക്കുമ്പോൾ
കാമുകനെ
കണ്ണാ എന്ന് വിളിച്ച്
സായൂജ്യമടയുന്നവൾ
ഡയൽടോൺ ഗുരുവായൂരമ്പലനട ആക്കിയവൾ
കോളർടോണുകൾ കോലക്കുഴൽവിളികളായി കേൾക്കുന്നവൾ
ആർത്തവത്തിന് അമ്പലത്തിൽ പോയവളെ
ഞെട്ടലോടെ ഉൾക്കൊള്ളുന്നവൾ
ഒറ്റയ്ക്ക് സിനിമ കാണാൻ പോയില്ലെന്ന് ആരോടും പറയാത്തവൾ
ബ്രാ എന്നോ
മുല എന്നോ പബ്ലിക് ആയി പറയാത്തവൾ
വഴിക്ക് വെച്ച് മൂത്രമൊഴിക്കാൻ
കംഫർട്ട് സ്റ്റേഷനുകൾ തിരയാത്തവൾ.
കെട്ട്യോനെ ചേട്ടാന്ന് വിളിക്കുന്നവൾ
സീമന്തരേഖയിൽ
സിന്ദൂരമിട്ടില്ലേലും
സാരിക്കുള്ളിൽ
താലി ഒളിപ്പിക്കുന്നവൾ.

വീട്ടിലെ പണിയെല്ലാം കഴിഞ്ഞ്
ഓഫീസിലേക്ക് വണ്ടിവിടുന്നവൾ
സമരപ്പന്തൽ സന്ദർശിക്കുന്നവൾ
മണമില്ലാത്ത മദ്യത്തെക്കുറിച്ച്
കേട്ടുകേൾവി ഇല്ലാത്തവൾ
ശംഖുപുഷ്പം കാണുമ്പോൾ
ഒന്നും തോന്നാത്തവൾ
മക്കളെ എഴുത്തിനിരുത്തി സാംസ്കാരികവിശുദ്ധി കാക്കുന്നവൾ.
സ്വന്തം മകനെ അടുക്കളയിൽ കയറ്റാത്തവൾ.
സ്വന്തം വീടിന് സുകൃതമെന്നോ
ശ്രീഭവനെന്നോ പേരിടുമ്പോൾ എതിരഭിപ്രായമില്ലാത്തവൾ.
പീഡനവാർത്ത കേൾക്കുമ്പോഴൊക്കെ
സംരക്ഷണമെന്ന വാക്ക്
വായിൽനിന്നനേകം തവണ തെറിപ്പിക്കുന്നവൾ

പോസ്റ്റ് മോർട്ടം

ആയിരം നാവുള്ള
ചിറകുയർത്തി
മൗനം എന്ന വാക്കിന്
തീ കൊളുത്തുന്നു.

"ഞങ്ങൾ
ഉറക്കമില്ലാതെ
പൊരുതിക്കൊണ്ടിരിക്കുന്നവർ
ഒരു കൂടൊരുക്കാൻ
പാടുപെടുന്നവർ,
ചായക്കപ്പിലെ ആവിപോലും
ആണൊരുത്തന്റെ
സിഗരറ്റുപുകയോ എന്ന്
ഭയപ്പെടുന്നവർ,
ഒറ്റമുറിവീട്ടിൽ ചുറ്റും
നെഗറ്റീവ് പ്രസരിക്കുമ്പോഴും
യൂണിവേഴ്സിറ്റി സർട്ടിഫിക്കറ്റുകളിൽ
വിശ്വസിച്ചവർ.
ഞങ്ങളുടെ രക്തവും മാംസവും
കൊത്തിത്തിന്നാർത്തുചിരിക്കാൻ
പതുങ്ങിയിരുന്നവർ
വഴക്കങ്ങൾ ശീലമില്ലാത്ത ഞങ്ങളെ
തക്കം നോക്കി
ഇല്ലാതാക്കുമെന്നറിയാമായിരുന്നു."

നീതിയെന്നത്
നീറിക്കൊണ്ടിരിക്കുന്ന
വാക്കായി തുടരും,
മറ്റൊരു ഇരയുടെ
വാർത്തയെ കൊത്തുംവരെ.

തൊപ്പിയിട്ട മണ്ണാങ്കട്ടയും
പാവാടക്കാരി കരിയിലയും

മണ്ണാങ്കട്ട വേനലിന്റെ സ്വന്തമായിരുന്നു.
എന്നിട്ടും
മഴയോട് കൂട്ടുകൂടരുതെന്ന്
വേനലിനെ വിലക്കിയില്ല മണ്ണാങ്കട്ട.

കരിയില
മഴയുടെ സ്വന്തമായിരുന്നു.
എന്നിട്ടും
കാറ്റിനോട് കൂട്ടുകൂടരുതെന്ന്
മഴയെ വിലക്കിയില്ല കരിയില.

മഴ പെയ്യുമ്പോൾ
മണ്ണാങ്കട്ടയ്ക്കരികിലേക്ക്
കരിയില ഓടിയെത്തുമായിരുന്നു.
വല്യക്ലാസിലെത്തിയ
ഋതുമതിപ്പെണ്ണായിട്ടും.

കാറ്റടിച്ചാൽ
കരിയിലയ്ക്കരികിലേക്ക്
മണ്ണാങ്കട്ട ഉരുണ്ടെത്തുമായിരുന്നു
മദ്രസ കഴിഞ്ഞ്
സ്കൂളിലേക്കോടുംപോലെ.

72 പച്ച പൊങ്ങ് പെരുവഴി

വിജില

മണ്ണാങ്കട്ട വേനലിനൊപ്പം
പച്ചവേരിടുമ്പോഴും
കരിയില മഴയിലമർന്ന്
പച്ച പെറുമ്പോഴും
ഓർമ്മക്കുട നിവർന്നുകൊണ്ടിരുന്നു.

കാരണം അവർ
ഒരേ ബെഞ്ചിലിരുന്ന്
മൈലാഞ്ചിമൊഞ്ചുള്ള ഭൂമീം
കിനാവ് പെയ്തുതോരാത്ത
നീലാകാശോം
ഒന്നിച്ച് കണ്ടവരായിരുന്നു.
ഒരേ ചേമ്പില ചൂടിയവരായിരുന്നു.

ഒരു നരക്കാലത്ത്
മണ്ണാങ്കട്ടയും
കരിയിലയും
മക്കയ്ക്ക് പോയതും
ഒരേ കുടക്കീഴിൽ.

ധീരയാം വരയാലൻകണ്ടി കല്യാണിയമ്മ

മംഗളം പാറുവെന്നും
മനോരമക്കുഞ്ഞമ്മയെന്നും
പുറ്റംപൊയിലുകാർ
വിളിച്ചു മക്കാറാക്കിയ
എടവലത്തെ
എന്റെ കല്യാണിയമ്മ,
കുന്നിൻമുകളിലെ
വരയാലൻകണ്ടിയിൽ
കിണറില്ലാവീട്ടിൽക്കഴിഞ്ഞു.

കൊല്ലിക്കിണറ്റിൻകരയിൽ നിന്നും
കുളിച്ചീറൻമുടിയുമായവർ
രാമച്ചസോപ്പിൻ സുഗന്ധവുമായി
മംഗളത്തിലെയും മനോരമയിലെയും
'ശ്രീദേവി'യായും 'അമ്മു'വായും
'ഇന്ദു'വായും കഴിഞ്ഞു.
'നന്ദഗോപന്റെയും 'ഹരി'യുടെയും
കാമുകിയും ഭാര്യയുമായി.
പെൻഷൻപണവുമായ്
മേഘ, വർഷ, സംഗം, കൃഷ്ണഗീത
ടാക്കീസുകളിലവർ
ഉച്ചപ്പടങ്ങളിലേകയായ്
ഉണ്ണിയാർച്ചയ്ക്കും

ചട്ടമ്പിക്കല്യാണിക്കും
ഒടുവിൽ ഷക്കീലയ്ക്കും കൂട്ടിരുന്നു.

തൊണ്ണൂറുകളിൽ
ഞായറാഴ്ചത്തെ ടി വിയിലെ
നാലുമണി സിനിമ കഴിഞ്ഞ്
ചേലോട്ടുവീട്ടിൽ നിന്നും
ചൂട്ടും കത്തിച്ച്
രാത്രി ഒറ്റയ്ക്കുപോന്നു.
അരിവാളും
മരിച്ച കെട്ട്യോന്റെ
ക്ഷൗരക്കത്തിയും
കല്യാണിയമ്മയെ
ഒരാണും കല്ലെറിയാതെ കാത്തു.

കണ്ണാന്തളി പൂത്ത വഴിയിലൂടെ
ഞാനിന്ന് കല്യാണിയമ്മയെ
തേടിപ്പോയാലും കാണില്ല
കണ്ടാൽ
അവരുടെ നീണ്ടമുടികളെത്തഴുകി
എന്റെ സ്മാർട്ട് ഫോണിൽ
ഞാൻ രഹസ്യമായ്ക്കണ്ട
പൂവിടങ്ങൾ, തേനിടങ്ങൾ
എല്ലാം
അവർക്കും കാട്ടിക്കൊടുത്തേനെ.
ഇതൊക്കെ പരസ്യമായ്ക്കണ്ട്
കല്യാണിയമ്മ
ആണുങ്ങളെ വെല്ലുവിളിച്ചേനേ.
'പ്രേമം' സിനിമ
നൂറുവട്ടം കണ്ടേനേ.

ഈ ഗ്രാമത്തിനിതെന്തുപറ്റി?

ഈ ഗ്രാമത്തിനിതെന്തുപറ്റി?
എ ടി എം കൗണ്ടറുകൾ,
ഹെൽത്ത് സെന്ററുകൾ,
ടാപ്പുകൾ, ടവറുകൾ
ഓരോ വീട്ടിലും
ഗ്യാസ് സിലിണ്ടറുകൾ,
ഇടുങ്ങിയ ഇടവഴികൾ
റോഡുകളായി.
വീടിൻമുറ്റങ്ങളിൽ കാറുകൾ,
ശൗചാലയമില്ലാത്ത
ഒരു വീടുപോലുമില്ല.

എന്നിട്ടും ഗ്രാമം
നഗരത്തെ സ്നേഹിക്കുന്നു
ഫ്ളാറ്റുകളെ
സ്വപ്നം കാണുന്നു.

നഗരത്തിലെ
കൂട്ടുകാർക്കിടയിലേക്ക്
വരുമ്പോഴാണ്
ഗ്രാമം ഒന്നുറക്കെ ചിരിക്കുന്നത്.
ഓടിച്ചാടി നടക്കുന്നത്.
സന്ധ്യാദീപം കൊളുത്തുംമുമ്പേ

76 പച്ച പൊങ്ങ് പെരുവഴി

വിജില

വീടിനകത്തു കയറേണ്ട,
കരിതേച്ചു കറുപ്പിച്ചതും
മുല്ലപ്പൂ ചൂടിയതും
താലപ്പൊലിയേന്തിയതുമായ
കുഞ്ഞുമുഖങ്ങൾ കാണേണ്ട.

ഇവിടെ കുഞ്ഞുങ്ങൾ
അമ്പാടിയും കണ്ണനുമല്ല
ഗൗരിയും അർച്ചനയുമല്ല.
വീടുകൾ 'ശ്രീഭവനും'
'ഹരിപുരവും' 'നാലുകെട്ടു'മല്ല
'ഗ്രീൻ മാൻഷ'നും
'റെഡ് കോട്ടേജു'മാണ്

കളരി പയറ്റിത്തെളിഞ്ഞ
ഗ്രാമം വിവാഹിതയായി,
ഒളിഞ്ഞുനോട്ടങ്ങളോടെതിരിടുന്ന
അമ്പലക്കുളം പോലെ
അടങ്ങി ഒതുങ്ങിക്കഴിയുന്നു.
തോല്ക്കുന്ന ജീവിതത്തെ എതിരിടാൻ
ജ്യോത്സ്യനെ കാണാൻ പോകുന്നു.
കൂട്ടുകാരിയുള്ള നഗരത്തിലേക്ക് പോവാൻ
കെട്ട്യോന്റെ സമ്മതം ചോദിക്കുന്നു.

ബിരുദങ്ങളുടെ നഗരം
അവിവാഹിതയായി
കഠിനപ്രയത്നത്താൽ
സ്വദേശത്തും
അന്യദേശങ്ങളിലുമായി
അന്നം കണ്ടെത്തുന്നു.

ഈ ഗ്രാമത്തിന്റെ പേര്
മേഞ്ഞാണ്യമെന്നോ
വെള്ളായണിയെന്നോ
കീഴ്പ്പള്ളിയെന്നോ ആകാം.
എന്നാൽ അവിടത്തെ
ആണുങ്ങളും പെണ്ണുങ്ങളും
ഒന്നുതന്നെയാണ്.

മുമ്പ് ഗ്രാമത്തെ പച്ചപുതപ്പിച്ചവരുടെ
ഇളമുറക്കാർ
ഇന്ന് നഗരങ്ങളിലേക്ക് പോകുന്നു.
മട്ടുപ്പാവുകളെ
പച്ചപുതപ്പിക്കുന്ന നഗരത്തെ
കൗതുകത്തോടെ നോക്കുന്ന
ഈ 'വിശുദ്ധ'ഗ്രാമത്തിനെന്തുപറ്റി?

മഴ പെയ്യുമ്പോൾ ഒരു കാക്ക

മഴ പെയ്യുമ്പോൾ
ഒരു കാക്കയുടെ ഓർമ്മ
പറന്നുവരുന്നു.
കല്ലുചുമക്കുന്ന അമ്മയോട്
റോഡരികിലെ
പെട്ടിപ്പീടികയിലിരുന്ന്
മഴ കൊള്ളാതെ കേറിനില്ക്കാൻ
പറയാറുള്ള പടച്ചോൻ കാക്ക.
തലേക്കെട്ടും കണ്ണടയുമുണ്ട്.
വെള്ളബനിയനും
വെള്ളമുണ്ടും വേഷം
പച്ചബെൽറ്റടയാളം.

മോളേ നിന്റെ മക്കൾ വലുതാവുമ്പോൾ
നിന്റെ കഷ്ടപ്പാടുതീരുമെന്ന
ആശ്വസിപ്പിക്കലിൽ
അമ്മയ്ക്കു മുമ്പിൽ
മറ്റൊരു പടച്ചോനില്ലായിരുന്നു.

മദ്രസവിട്ട് വൈകിവരുന്ന
കുട്ടികളോടൊത്ത്
സുലൈമാൻ മാഷുണ്ട്.
ഞങ്ങൾക്കുമേൽ കണ്ണുപായിക്കാൻ

പടച്ചോൻ കാക്കയുണ്ട്.
മഴവെള്ളം തെറിപ്പിച്ചുപോകുന്ന
ഞങ്ങളെ സ്നേഹത്തോടെ ശാസിക്കും
കാണിയിൽ അക്ഷരങ്ങൾ വരയ്ക്കുന്ന
എഴുത്തച്ഛൻമീനുകളെ
ഏറെനേരം നോക്കിനില്ക്കാനാവില്ല.

സ്കൂൾ വിട്ടുവരുമ്പോൾ
കോലുമുട്ടായിയും
അരുൾജ്യോതിയും
പുളിയച്ചാറും കുക്കീസും
പളുങ്കുഗോട്ടിയും
ഞങ്ങളെ കൊതിപ്പിക്കുമ്പോൾ
പീടികയൊരു മഴവില്ലാകും.
ഡിങ്കനും മായാവിയും കാലിയയും
മാടിവിളിക്കുമ്പോൾ
പീടികയൊരു പച്ചക്കാടാകും

വൃന്ദാവനം എ യു പി എസിലന്ന്
അണ്ണാറക്കുഴിയിൽ രശ്മിയും
കൈതാവിൽ പ്രീതിയും
തറവാട്ടുപേരില്ലാത്ത
ഞങ്ങൾ അനിതയ്ക്കും സീമയ്ക്കും ഒപ്പമുണ്ടായിരുന്നു.

ഇന്ന് കൂടെനിന്ന് സെൽഫിയെടുക്കാൻ
പടച്ചോൻ കാക്കയില്ല.
മേഘത്തിൻ ഓർമ്മക്കാർഡില്ലാതെ
ആകാശത്തിന് മഴയെ
തുറന്നിടാനാകില്ല
എനിക്കീ വഴികളിൽ
പറന്നുവരുന്ന ഓർമ്മകൾക്കൊപ്പം
പടച്ചോൻ കാക്കയും.

വിശുദ്ധപുഷ്പം

പെൺകുട്ടി
കണ്ണാടിയിൽ ചുംബിച്ചപ്പോൾ
ഒരു വെളുത്ത ശംഖുപുഷ്പം
വിരിഞ്ഞു.
അവളതെടുത്ത്
കാടിൻ നടുവിൽ വെച്ചു.
പ്രണയത്തിൻ ധ്യാനത്തിൽ
ഒരു ശലഭം അതിൽ മുത്തമിട്ടു
നീലശംഖുപുഷ്പമായി
മുറിവുകളിൽ നിന്നും മുക്തയായി.

പ്രണയം തേടുന്നവർക്കായി
അവളാ കണ്ണാടി
കാട്ടിലുപേക്ഷിച്ചു.

എ ചാറ്റ് വിത്ത് രാമ

1

ചിന്താവശിഷ്ടം
ഉർവ്വരമായ
വാല്മീകി ആശ്രമത്തിലിരുന്ന്
ലവനും കുശനുമൊപ്പമുള്ള
പ്രൊഫൈൽ ചിത്രം
ലൈക്കുകളാൽ നിറഞ്ഞപ്പോൾ
സീത ആനന്ദക്കണ്ണീരിൽ
ഒരു സെൽഫിയെടുത്തു.
അപരിചിതചാറ്റുകളൊന്നും
ജാനകിയെ ശല്യപ്പെടുത്തിയില്ല.
അങ്ങനെയിരിക്കെ ഒരു ദിനം
രാമന്റെ സന്ദേശം
സംശയക്കണ്ണോടെ
ഉരുണ്ടുവന്നു.
'എന്താ പരിപാടി?'
'ഞാനിപ്പോൾ നിന്റെ ഭാര്യയല്ല,
നീയതറിയേണ്ട കാര്യവുമില്ല.'
'എന്ത് തർക്കുത്തരം പറയുന്നോ
ഒരവസരംകൂടി നിനക്കുതരാം.'
'എനിക്കു താല്പര്യമില്ല.
ഏഴുവയസ്സുള്ളപ്പോൾ

വേട്ടതാണെന്നെ.
എനിക്കപ്പോൾ വിദ്യയഭ്യസിക്കുന്നത്
നിർത്തേണ്ടിവന്നു.'
'പതിനാലു കൊല്ലം
കാട്ടിൽകഴിഞ്ഞപ്പോഴൊന്നും
നീയിതു പറഞ്ഞില്ലല്ലോ
നീയാരെയെങ്കിലും
പ്രണയിക്കുന്നുണ്ടോ?'
'ഞാനെന്റെ പഠനം തുടരാൻ
തീരുമാനിച്ചു.
ഇവിടെ വാല്മീകിമഹർഷി
എല്ലാ സഹായത്തിനുമുണ്ട്.
നീ ഇനി എന്റെ കാര്യം
അന്വേഷിക്കേണ്ട.'

2

ചിന്താവീര്യം
നോൺവെജ് വീര്യത്താൽ
സീതയുടെ വാക്കുകൾ
രാമവാക്ശരങ്ങളെ
ഒരു തുള്ളി ജലതുല്യമാക്കി
'നിങ്ങൾ ആണുങ്ങൾക്ക്
ഒരു വിചാരമുണ്ട്
ഞങ്ങൾ സ്ത്രീകൾ
അമിത ആത്മവിശ്വാസക്കാരാവുന്നത്
ഒരു പുരുഷന്റെ
പ്രണയക്കുട ചൂടിക്കൊണ്ടാണെന്ന്.
എന്നാൽ കേട്ടോ,
രാവണനോളം വലിയ
ആരാദ്ധ്യപുരുഷനില്ല.
എന്നാൽ, ഞാൻ തെറ്റുചെയ്തില്ല.
പിന്നെ, തട്ടിക്കൊണ്ടുപോകാൻ തക്ക
ന്യായമുണ്ട്.
ശൂർപ്പണഖയുടെ മുല
നീ മുറിച്ചില്ലേ,
മാത്രമോ ലങ്കയിലെ
നൂറുകണക്കിനു മരങ്ങൾ, ലതകൾ
നിങ്ങൾ രാമലക്ഷ്മണന്മാർ

മുറിച്ചു നശിപ്പിച്ചു.
ദ്രോഹിയാണു നീ...
പെൺസമൂഹം ഒറ്റക്കെട്ടാണ്
നിനക്കിനി ഒരു പെണ്ണിന്റെയും സ്നേഹം
കിട്ടാതെ പോകട്ടെ
ഞാൻ ശപിച്ചു കഴിഞ്ഞു'
'എന്ത്! അങ്ങെന്നും ഭവാനെന്നും
വിളിക്കാറുള്ള നിന്റെ
ഭയഭക്തി ബഹുമാനമെവിടെ?'

'അതോ, ലങ്കയിലെ
പെണ്ണുങ്ങൾക്ക് നാവുണ്ട്,
സമത്വപാഠങ്ങൾ
അസുരരിൽനിന്നാണ്
പഠിക്കാനുള്ളത്..'

'സാരമില്ല ഞാൻ ക്ഷമിച്ചു.
ഒരു ചാൻസ് കൂടി തരാം
അഗ്നിശുദ്ധി വരുത്തിയാൽ
രാമപത്നിയായിത്തുടരാം.'

'പുരുഷന്റെ തണലിൽ കഴിയേണ്ട കാര്യം
ഒരു പെണ്ണിനുമില്ല.
അധികം സംസാരിക്കാൻ
ഞാനില്ല ബൈ... ബൈ...'

3

ചിന്താസാരം
തെറ്റുചെയ്യാത്ത പെണ്ണിനെ
സംശയിക്കുന്ന പുരുഷന്
സ്വസ്ഥത ഔട്ട് ഓഫ് റേഞ്ച്
മരണം വരേക്കും

ഒരു നദിയിങ്ങനെ
(യോനാ വല്ലാക്കിന്)

മഞ്ഞും മഴയും
വെയിലും മഴയും
ഉടയാടകളായണിഞ്ഞൊരു
പുഴ ഒഴുകുന്നു
നേർരേഖകളെ മുറിച്ച്
സൂര്യരേഖകളെ വഹിച്ച്
കലഹിച്ച് കലഹിച്ച്
വാക്കുകളെ
വെളിച്ചത്തിലേക്കിട്ട്
ഒഴുകുന്നു
ഒഴുകുന്നു.

നദിയാം പെണ്ണിവൾ
കടലിൽ നിവരും
പുതുപുളകങ്ങളണിയും
കട്ടിമീശ കണക്കെത്ര
കെട്ടുവള്ളങ്ങൾ
ഒറ്റയ്ക്ക് കടന്നും
ഇരുമ്പുപാലങ്ങൾ കടന്നെത്ര
ചിറകടിച്ചുയർന്നും
ഇല കൊഴിയും ജനുവരിയിൽ
തിരികെ ഒഴുകും.

പ്രിയരാം പൊന്മാനുകൾ
വാനമ്പാടികൾ,
തടാകങ്ങൾ,
ലെസ്ബിയൻ മലമുടികൾ
തിരയുന്നു
നിന്നെ.
തിരികെ ഒഴുകൂ.
മാറിടം ചുരത്തേണ്ട നീ
അടച്ചിട്ട മുറിക്കുള്ളിൽ
ഏകയായ്
നഗ്നയായ്
നിലാവിനൊപ്പം
നിൻതാളുകൾ
നിറയ്ക്കൂ.
പ്രണയം പുതച്ചുറങ്ങൂ.

കുടുംബം,
കുട്ടികൾ,
ചട്ടുകങ്ങൾ തട്ടിമാറ്റി
വാക്കുകളാൽ ജ്വലിക്കാൻ
കരിംപച്ചയാൽ കത്തും കാടേ

യോനാ
Angel of Love
നീ എല്ലാ പെൺപേനകൾക്കും വേണ്ടി
തിരികെ ഒഴുകൂ.

മഴയറിവുകൾ

1

വെളുത്ത ശിരോവസ്ത്രമിട്ട
കന്യാസ്ത്രീ
കറുത്ത ബൈബക്കോടിച്ച്
ഭൂമിയിലേക്ക്
നനഞ്ഞിറങ്ങുന്നു.

2

കുടയില്ലെങ്കിൽ
മഴ എല്ലാവരെയും
മതേതരരാക്കിയേനേ.

തുമ്പികൾ

ഏറെ ദൂരം പറക്കുവാനാകാതെ
പൂമ്പാറ്റയാകാതെ
വെള്ളിയാങ്കല്ലിനും
ആകാശത്തിനുമിടയിൽ
ചിറകുകൾ വ്രണപ്പെട്ട
നിറംകെട്ട കവിതകൾ

പെൺമേഘങ്ങൾ

സന്ധ്യക്ക്
ഒറ്റയ്ക്ക്
ചൂട്ടും കൊതുമ്പുമായ്
നടന്നു നീങ്ങുന്ന മേഘം
മുണ്ടും ബ്ലൗസുമിട്ട്
അതിൻമീതെ
വെള്ളത്തോർത്തുമിട്ട് പോകുന്ന
അമ്മമ്മയെ തന്നെയാണ്
ഓർമ്മിപ്പിക്കുന്നത്.
അടുത്ത് വന്ന്
കിസ്സ പറയുന്നത്
മൈലാഞ്ചിച്ചെടികൾ വകഞ്ഞുമാറ്റി
കൈയിലൊരു ബീഡി പുകച്ചുകൊണ്ട്
കദീശുമ്മയാണോ?

നക്ഷത്രങ്ങൾ
അവർ വിതറിയ
അന്നങ്ങളായി പ്രകാശിക്കുന്നു.
ഏത് പ്രാവുകൾക്കാണാവോ
അമ്മമ്മ ഇത്രയും ചോറ് വിതറിയത്?

ഓർമ്മകൾക്കും സ്വപ്നങ്ങൾക്കുമിടയിൽ നൃത്തം

നൃത്തവേദി ഉപേക്ഷിച്ച
ഒരു പെണ്ണിന്റെ
ആടയാഭരണങ്ങൾ
അതിന്റെ ജീർണ്ണിച്ച ഓർമ്മകൾ
പേറിക്കൊണ്ടിരിക്കും.
അവൾ താക്കോലുകൾ
കൈത്തണ്ടയിലിട്ട് കറക്കി നടന്നാലും
വീടിന്നൈശ്വര്യമായാലും.

സിനിമാതാരങ്ങൾ
ഉടലിളക്കി ആട്ടമാടുന്നത്
അമ്മായിഅമ്മയ്ക്കൊപ്പമിരുന്ന്
കാണാനാവില്ല.

തുണ്ടുപടങ്ങളെന്ന് കളിയാക്കി
ഇതൊക്കെ ആസ്വദിച്ചുകാണുന്ന
അമ്മായിഅപ്പനെ കടന്ന്
പുറത്തേക്കിറങ്ങാനാവില്ല.

മാംസനിബദ്ധമല്ല രാഗം എന്ന കവിത
വായിക്കാതെ തന്നെ
ഓരോ പ്രണയവും
മാംസം തൊടാൻ വന്നല്ലോ എന്ന്
പരിതപിച്ചുകൊണ്ട്
ഉടുപ്പുകൾ ഉപേക്ഷിക്കുമ്പോൾ
അതിൽ പുരണ്ട
വിയർപ്പുകണങ്ങൾക്ക്
പ്രണയം കിട്ടാതെ പിടഞ്ഞ
മീനുകളുടെ മണമായിരുന്നെന്നും
വിശന്നുമരിച്ച പൂമ്പാറ്റകളാണ്
അതിന്റെ കൊത്തുവേലകളെന്നും
നെടുവീർപ്പിടുന്നു.
പുറത്തെ മഴയിലേക്ക്
കണ്ണയച്ചാലും
കുയിലിനൊപ്പം പാട്ടുമൂളിയാലും
'ഓർമ്മകളെഴുന്നള്ളുന്നോ' എന്ന
കട്ടിച്ചോദ്യം
മുതുകിൽ വീണ്
അതിനെയെല്ലാം തല്ലിക്കെടുത്തും.

പിന്നെ പടം വരയ്ക്കുന്ന
ആടിപ്പാടുന്ന മക്കളെ നോക്കി
പുതിയ ഉടുപ്പുകൾ
തുന്നിയെടുക്കും.

പാതിവ്രത്യത്തിൻ
ചിലങ്കയണിഞ്ഞ്
ചുവടുകൾ മാറ്റി ആടിയാടി
നിരന്തരം കൊന്നുതള്ളിയ
തന്നെത്തന്നെ
മക്കളോടൊപ്പം

താരാകാശത്തിനൊപ്പം
തിരിച്ചെടുക്കും.
വീടെന്ന 'വലിയ ലോക'ത്തെ
വിശ്വസ്തയാകും.

ജലാശ്രയ

ആഴങ്ങളിൽ
നീ ഒന്നും എഴുതിയില്ല
എന്നിട്ടും
ഒരു നിശ്വാസമുതിർത്തപ്പോൾ
മീനുകൾ സമുദ്രത്തിലകപ്പെട്ടു
നീലിമയിൽ ആടിയുലഞ്ഞു
ചുരിദാർത്തലപ്പിൽ
എത്തിനോക്കിയെങ്കിലും
ചുംബിച്ചു ശുശ്രൂഷിച്ചുവെങ്കിലും
ഒരു തിരപ്പാട്ടും കേട്ടില്ല
പിന്നെ
കണ്ടു
അടയാൻ കൂട്ടാക്കാത്ത
രണ്ടു കൺദ്വീപുകൾ

അന്ത്യശുശ്രൂഷയായ്
മുറിവുകളിലുമ്മവെച്ചവർ
സിഗരറ്റുമണമുള്ള
എല്ലാ ചുമരുകളെയും
ശപിച്ചുകൊണ്ടിരുന്നു
ആടി ആടി പാട്ടുപാടിവരും
ശ്രീരാമനഗറിലെ
നാട്ടുവഴികളെയും

ആഴമില്ലാ കളങ്ങൾ വിട്ടൊരൊളിച്ചോട്ടം
റോളുമാറി റോളുമാറി
ആഴങ്ങളിലെത്തി

അലകളിലകപ്പെട്ട
മീനുകൾ
കല്ലറകൾക്കുമേൽ
നിനക്കായി പൂക്കളാകാൻ
മേഘങ്ങൾക്കൊപ്പം
പെയ്യാനുയർന്നു

മരണമൊഴികളിൽ
അവൾ
മഴ മാത്രം സാക്ഷിയായ
വിജയിയായ
ഒരു സഞ്ചാരിപ്പക്ഷി

മതി
മഴ
കല്പനകൾ
അവളെ ഇനിയാരും
കാണാതിരിക്കട്ടെ

മാനം തിരഞ്ഞവർ

പാലത്തിനു മുകളിലൂടെ യാത്ര
ഒരുവൾ മാത്രം പുഴ നീന്തി
സൗജന്യയാത്ര അനുവദനീയമല്ലെന്ന
അലിഖിതഓളങ്ങളിൽ നീന്തി
പെട്ടെന്ന് തിരികെ വന്നു
സ്വന്തം കഴുത്തിന് തന്നെ കുത്തിപ്പിടിക്കുന്നു
തന്നെത്തന്നെ ഒളിപ്പിക്കാനിടമില്ലാതെ
ഒരു പേമാരിക്കായി
മാനം തിരയുന്നു

ആകാശത്ത് കരിഞ്ഞുതുടങ്ങുന്ന
മരച്ചീനിപ്പപ്പടങ്ങളുടെ അട്ടി കണ്ട്
ഒരുവൾ ഞെട്ടിയുണരുന്നു
അഴിഞ്ഞുലഞ്ഞെങ്കിലും
മേഘമേഖലയിൽ അല്പനേരം പെയ്തുനില്ക്കുന്നു

റോഡിൽ വിലങ്ങനെ കിടക്കും
ടയർ കണ്ട്
അത് തന്റെ ആരോ ആണല്ലോ
എന്ന തോന്നലിൽ
ഒരാളലിൽ
നെടുവീർപ്പിടുന്നു
പിന്നെയതിൽ മണ്ണ് നിറച്ചു പത്തുമണിപ്പൂക്കളെ വിരിയിക്കുന്നു

സ്റ്റോപ് ആൻഡ് പ്രൊസീഡ് എന്ന
ബോർഡ് വയ്ക്കുന്നു

സ്വകാര്യബസ്
സ്വകാര്യവർത്തമാനങ്ങൾ
ബാം മണങ്ങൾ
കേൾവിസഹായവള്ളികൾ
അവർ മാത്രം കേൾക്കുന്ന
പാട്ടുകൾക്കൊപ്പം
'കാത്തിരിക്കും കുഞ്ഞുങ്ങൾക്ക്
ക്ലോക്കുകൾ വേണ്ട'എന്നുകൂടെ
മൂളിക്കൊണ്ടിരുന്നു

പറന്നുപോയ ചീട്ട് തേടി
ഒരു തട്ടമിട്ടവൾ
തൊട്ടിൽപാലംകാരിയാവാം
തിരച്ചിലുകൾക്കായി
കൂടെ കൂടുന്നവർ
നിസ്കാരം ഓർമ്മിപ്പിക്കും
തലകുമ്പിടലുകൾ
ഒന്നുവീതം മൂന്നുനേരമാണോ മരുന്നുകൾ
എന്നോർത്തെടുക്കുന്നു

ഇടയ്ക്കു കേറിവന്ന
മുല്ലപ്പൂമണങ്ങൾ
കുപ്പിവളക്കിലുക്കങ്ങൾ
'കടിയങ്ങാട് പാലം' എന്നും
'അണ്ടിക്കോട്' എന്നും മൊഴിയുമ്പോൾ
മുറുക്കാൻ മണങ്ങൾക്കൊപ്പം
ബസൊരു തോവാളയായി
സൂര്യകാന്തിപ്പാടമായി

നാലുമണിപ്പൂക്കളും കണ്ണടയ്ക്കാൻനേരം
ഒരു വണ്ടിയിറങ്ങി
അടുത്ത വണ്ടി കേറുമ്പോൾ
അവൾക്കൊപ്പം
മുലഞെട്ടിൽ നിന്നും വീണ
വലിയൊരു പാൽത്തുള്ളി
എന്നുമൊരമ്പിളി

പാലത്തിനു മുകളിലൂടെ യാത്ര
അവരെല്ലാം
നിലാവ് കാണുന്നു
പിന്നെയതിൽ
നിശ്ശബ്ദതയെ കാറ്റായും
ആത്മഗതങ്ങളെ
വേലിയേറ്റങ്ങളായും
ലിപികളാക്കുന്നു
ഒരേ ഭാഷയിൽ
പാർപ്പിടങ്ങൾ പണിയുന്നു

സഹചാക്രികം

കുറ്റിപ്പുറം സ്റ്റേഷനിൽ
വൈകിയോടുന്ന വണ്ടികൾ
വൈകിയോടാത്ത വിശപ്പുകൾ
രണ്ടു കാലുകൾ മുടന്തിമുടന്തി വന്നു
ഒരു കൈ നീണ്ടുനീണ്ടു വന്നു
ബാഗ് തപ്പിത്തപ്പി ചില്ലറകളോടെ
ആ കൈകളെ പറഞ്ഞയച്ചു
ജോലിയില്ലാ കൂലിയില്ലാക്കാലമേ

സമയം പന്ത്രണ്ടായി
സഹയാത്രികരേറെപ്പേർ
കുട്ടികൾ സ്കൂൾബാഗുമായി
ദമ്പതികൾ ഭക്തിബാഗുമായി
വാക്കുകളേ
ടിക്ക് ടോക്കുകളേ
ചാക്കുകളേ
ഉത്സവമേളം.

വീണ്ടും
നേരത്തേ നീണ്ടു വന്ന
രണ്ടു ശോഷിച്ച കൈകൾ
നേരത്തേ തന്നു എന്ന
എന്റെ സ്വരം ഉച്ചത്തിലായി.
ശരിയെന്ന് തലയാട്ടി പിൻവലിഞ്ഞു

നേരം പോക്കാൻ മുന്നിൽ പൂത്തുനില്ക്കും
ശീമക്കൊന്നകളുമായി ചങ്ങാത്തത്തിലായി ഞാൻ
എത്രയോർ വന്നു പോയി
വീണ്ടും നേരത്തേ നീണ്ടുവന്ന
രണ്ടു ശോഷിച്ച കൈകൾ
ഇപ്പോൾ ഞാൻ ശാന്തയായി
സ്വരം താഴ്ത്തിയായുരിയാട്ടം
സമ്മതിച്ചു പിൻവാങ്ങി
സാന്റിയാഗോയോ ഇയാൾ?

നേരം പോക്കാൻ
ഫോണിൽ നോക്കി നോക്കി
മടുത്ത നേരം
തെക്കോട്ട് ഏറനാട് എക്സ്പ്രസും പോയ നേരം
ഒരു സൗഹൃദം
ഒരു ഫോൺസ്വരമായി
എന്റെ കണ്ണ്നനയിച്ച നേരം.
അക്ഷരത്തോട് അന്നം ചേർക്കും
ജോലിയില്ലാക്കാലമേ
നഗരം സ്നേഹസമൃദ്ധമെന്ന് തിരുത്തുന്നു കുറ്റിപ്പുറമേ
വീണ്ടും നീണ്ടു വന്ന
രണ്ടു ശോഷിച്ച കാലുകൾ
ഞാൻ കുനിഞ്ഞിരിപ്പാണല്ലോ
എന്റെ ആംഗ്യം കണ്ട്
അയാൾ തിരിച്ചുപോയി.

എന്റെ ദുഃഖഭാവങ്ങൾ
ഇരിപ്പിടത്തിലിട്ട്
തീവണ്ടി കാക്കാതെ
ഞാൻ ബസ് തിരക്കി ഇറങ്ങിപ്പോയി.

ബുദ്ധകൂണിമ

നിറുകയിൽ മുടി കെട്ടി
ആട്ടം മറന്നവൾ
അർത്ഥം സിദ്ധിച്ചവന്റെ ഓർമ്മയിൽ
ശില്പമായവൾ
ധൃതിപിടിച്ചോടാൻ തുനിഞ്ഞവളെ
കരിയടുപ്പ് ഇടിമിന്നലിന് ദാനം നല്കിയവൾ

തലയിൽ കിനാക്കളെ തിരുകി
കാറ്റിലും മഴയിലും പാർപ്പുറപ്പിച്ചവൾ
ചാരക്കൂനകൾ അവളുടെ ഉടൽനിറയെ
ചാർത്താൻ തുനിഞ്ഞിട്ടും
കാർവർണ്ണമിതെന്ന്
തിരുത്തി വിതുമ്പലത്രയും
ഈർപ്പമാക്കി ഉടയാടയാക്കി
കൂണെന്ന പേരിനെ കൂസാതെ
തലയുയർത്തിപ്പിടിച്ചവൾ
പനിക്കനലുകളിൽ
നർത്തകിക്കുമിൾ
മുറുക്കി നീട്ടിത്തുപ്പാൻ
മുഖം തിരിച്ചവൾ
ഭുജശാഖ വിട്ടവൾ
ബുദ്ധകൂണിമ

പച്ചമണ്ണിനെ തൊട്ടവൾ, മുട്ടുകുത്തുന്ന സൂര്യൻ

അവൾ
ഓരോ ചങ്കിടിപ്പിലും
അസാന്നിധ്യത്തെ
ഓർമകളാൽ നിറച്ച്
സ്വാർഥതകൾ വലിച്ചെറിഞ്ഞ്
പതിനാലാംരാവിൽ
തന്റെ നനഞ്ഞ കണ്ണുകളാൽ
ഒരു നിസ്കാരത്തഴമ്പ്
തിരയുന്നു

അവൻ മുട്ടുകുത്തുന്ന വെള്ളിയാഴ്ചകളിൽ
അവളും നിറയും.
കണ്ണുകളെ ഒരു ദ്വീപായി ഒളിപ്പിക്കാൻ നോക്കിയാലും
മുഖത്തെ തെളിഞ്ഞ ജലാശയത്തിലെ മീനുകളെ
കിനാവുകളുടെ പറുദീസായി
ലോകം കാണും.

പെട്ടെന്ന് മൗനിയായ അവൾക്കുമുന്നിൽ
മിണ്ടാനായി
അനേകം വാതിലുകൾ! തുറക്കപ്പെടണേ എന്ന പ്രാർഥന
ദൈവം കേട്ടെന്ന
അവന്റെ വിസ്മയം
അവളുടേതുമാകും

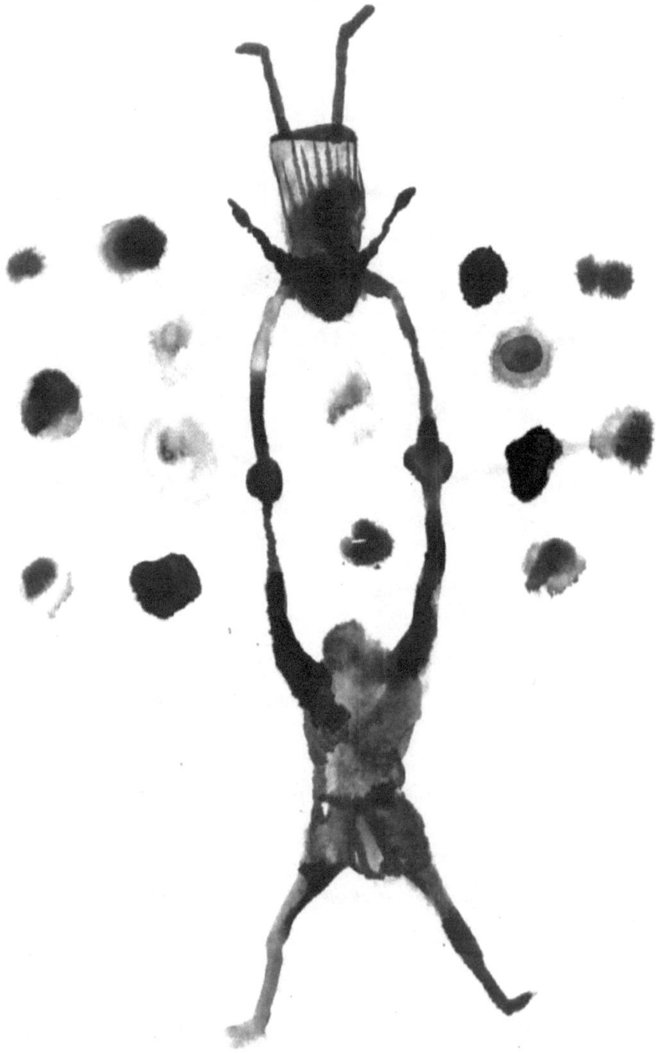

അവന്റെ ഇഷ്ടനിറങ്ങളിലുള്ള
ഉടുപ്പുകൾ
ഓരോ ദിനവും എടുത്തണിയുമ്പോൾ
നിന്റെ, എന്റെ എന്ന രണ്ടു മുറികളിലെ ഇരുട്ടുകെടുകയും
വെളിച്ചമായവർ
അരൂപികളാവുകയും......

അവൻ അവൾക്കായനേകവട്ടമെഴുതിയ
പ്രണയക്കുറിപ്പുകൾ
നക്ഷത്രവെളിച്ചമായി
വായിക്കുമ്പോൾ അവളുടെ കണ്ണിൽ
'ദൈവത്തിന്റെ വിരലുകളിൽ
പേന തിരുകിയ എന്റെ പ്രേമമേ'
എന്നു പാടും ഗസൽ
അവൾക്കായ് മാത്രം മൂളിയ
ഇശലായി മാറ്റും.
പച്ചക്കൊടി പാറുന്ന
രാജ്യത്തേക്ക് ആട്ടിയോടിക്കുംമുമ്പ്
ഒന്നു കെട്ടിപ്പുണരാൻ
മുറ്റത്തെ മൈലാഞ്ചിച്ചെടി തന്നെ
മറയാക്കും

നിന്റെ യുദ്ധങ്ങളിൽ
പല വട്ടം തോറ്റ
പടയാളി ഞാൻ
എന്നവൻ സമ്മതിക്കേ
'കൊതിക്കും പോലെ കൊളുത്താനാവില്ല
കൊളുത്തിയാൽ പിന്നെ
കെടുത്താനുമാവില്ല'
ഗാലിബിൻ വരികളിൽ
പച്ചത്തുരുത്താകും

പ്രാർഥിക്കാനൊന്നുമില്ലാത്തവൾ
പച്ചമണ്ണിനെ തൊടും
സൂര്യനെ നമിക്കും
മണ്ണായ്ത്തീരുന്ന തന്നെത്തന്നെ
പല വട്ടം ഓമനിക്കും

‘ഞാനില്ലാതാകുന്ന ഒരു രാത്രി
ആരുമറിയാതെ തേങ്ങുന്ന നിന്നെ
തഴുകിയുറക്കാനായി
ആരും കേൾക്കാത്ത
ഒരു അനശ്വരഗാനത്തിൻ വരികൾ
നിൻ മൊഴികളിൽ നിന്നു തന്നെ
വേർപിരിഞ്ഞുവരുമെന്നിരിക്കേ
അനുരാഗികൾ നമ്മൾ
അനുരാഗികൾ നമ്മൾ
ഏത് ഋതുവും വസന്തമാക്കും
മാന്ത്രികർ നമ്മൾ’
എന്ന് വീണ്ടും പാടുന്ന മരങ്ങൾക്കുമുകളിലായ്
ഒരു കീറാകാശമാണ്
നമ്മുടെ രാജ്യമെന്നഹങ്കരിക്കാൻ
ചൂണ്ടുവിരൽ ഉയർത്തിയവളെയും
റോസാപ്പൂ നീട്ടിയവളെയും അനുകരിക്കുന്നു
അതിരുകളിൽ കയറിനിന്ന്
പഴുത്ത പ്ലാവിലകളെടുത്ത്
വീണ്ടും വീണ്ടും തല മറയ്ക്കുന്ന
ചെമ്പരത്തിക്കണ്ണുള്ള
ഒരു സന്ധ്യ

പച്ച പൊങ്ങ് പെരുവഴി

ഞാൻ നിന്നെ കണ്ടുമുട്ടുമ്പോൾ
ഉറപ്പായും ഒന്ന് കെട്ടിപ്പിടിക്കും
ഒരു കാമുകൻ മനസ്സിലാക്കുന്നതിനേക്കാൾ
ഉച്ചത്തിൽ
നിയെന്റെ വിതുമ്പൽ കേൾക്കുന്നു
ഒരു നിമിഷം എന്റെ കണ്ണുകൾ
നിന്റെ പെൺകുഞ്ഞിനെ ഓർമ്മിപ്പിക്കും
അപ്പോൾ ഒരിക്കൽ ഏല്പിച്ച ഓർമ്മകൾ
തിരികെ വാങ്ങാൻ വന്ന
കുഞ്ഞു വളക്കൈകൾ വളർന്നതാണെന്നും
മകളുടെ മറ്റൊരു ജന്മമാണ് ഇവളെന്നും
നീ ഇരുത്തിമൂളും

ഏറ്റവും പ്രിയപ്പെട്ട
എന്റെ കളിക്കൂട്ടുകാരന്റെ കണ്ണുകൾ
പളുങ്ക് ഗോട്ടികളായി ഉരുണ്ടുവന്ന്
എന്റെ തോർന്ന കണ്ണുകളിലെ
മഴവില്ലുമായി ഏറ്റുമുട്ടും.
നമ്മൾ മാനാഞ്ചിറയിലെ മരങ്ങളിലൊന്നിൽ കല്ലെറിഞ്ഞ്
മിഠായിത്തെരുവിലേക്ക് തിടുക്കത്തിൽ നടന്നുതുടങ്ങും
തഴമ്പില്ലാത്ത എന്റെ കൈകൾ
ഭാരം തൂക്കി ചുവന്നത്
നീ ശ്രദ്ധിക്കും

പ്രാന്ത് മൂത്ത് കളഞ്ഞ
നിന്റെ ഇരിപ്പുജോലിയോർത്ത്
'സർവ്വരാജ്യ ആദർശത്തൊഴിലാളികളേ സംഘടിക്കുവിൻ' എന്ന്
സകലകമ്യൂണിസ്റ്റ് പച്ചയിലും
പടർന്നുകേറുന്ന നിന്നെ കാണും

പെരുവഴിയിൽ ഒരു നിമിഷം
ഞാനൊറ്റപ്പെട്ടുവെങ്കിലും
ഇപ്പോൾ ഒരു കൊപ്രക്കളത്തിന് മുന്നിലെത്തി
മധുരിക്കും പൊങ്ങിന്റെ ഓർമ്മയിൽ
നാവിലെ സകല മുഷിപ്പുകളെയും
അലിയിച്ചു കളയുകയാണ്

പഠനം

കാടലച്ചിലുകളുടെ, കലാപങ്ങളുടെ/ കാവ്യപ്പെടലുകൾ

ഡോ. ഐറിസ് കൊയ്‌ലിയോ

മലയാളം എത്രയെത്ര തന്മ (identiy) കളുടെ പകർത്തിയെഴുത്തും മൊഴികളായിത്തീരുന്നുവെന്ന് ഇന്നിന്റെ വായന അറിവേറ്റുന്നുണ്ട്. നിലവാരപ്പെടുത്തേണ്ട ഒറ്റമൊഴിയായി മലയാളത്തിന്റെ വടിവുകൾ തിരഞ്ഞിറങ്ങിയവർക്ക് നാട്ടുപേച്ചുകളിൽ കാമ്പില്ലെന്ന് തോറ്റ് പിന്തിരിയേണ്ടിവന്നത് അവയുടെ വാക്കുകളിൽ പറ്റിപ്പിടിച്ചിരുന്ന പായലുകളിൽ കീഴാളവാഴ്‌വുകൾ എന്ന'ഗ്രാമ്യ'ക്കുറ്റം തെളിഞ്ഞു നിന്നതിനാലാവാം. ഇതിന്ന് കുടഞ്ഞെറിയേണ്ട ' അയിത്ത' മല്ലെന്നും ഇതുതന്നെയാണ് ഇന്നിന്റെ എഴുത്തിന് ദിശാബോധം പകരുന്നതെന്നുള്ള തിരിച്ചറിവിന് ആക്കമേറുകയാണ്. തൻമൊഴികളും തായ്മൊഴികളും മേല്ക്കോയ്മകളുടെയും മേല്ക്കൈകളുടെയും കനപ്പാടുകൾക്കുകീഴിൽ നിന്ന് നടുവലിച്ചൂരിയെടുത്ത് കൈകാലുകൾ വലിച്ചുനീട്ടി നടക്കാനിറങ്ങിക്കഴിഞ്ഞു. കീഴാളത എന്നത് കരുത്തിന്റെ മറുപേരായിമാറിയിരിക്കുമ്പോൾ വടിവുകളുടെയും എലുകകളുടെയും നേർവരകളെല്ലാം വഴിമാറിയൊതുങ്ങുകയായി.....

അന്റോണിയോ ഗ്രാംഷിയുടെ സംഭാവനയായി സബാൾട്ടേൺ ചർച്ച ചെയ്യപ്പെടുമ്പോൾ അധികാരത്തിലേക്ക് നീട്ടപ്പെടാത്ത കൈകളുടെ അകലം എത്രയോ കാതങ്ങൾക്കുമപ്പുറമായി സാംസ്കാരികപഠനങ്ങൾവെളിപ്പെടുത്തിയിരുന്നു. ഒരു കാലത്തും പുറംലോകം കേൾക്കാത്ത മൊഴിയും ഒലിയുമായി കീഴാളതയെ ഗായത്രി സ്പീവാക് തിരിച്ചറിഞ്ഞപ്പോഴും അപാരനേട്ടങ്ങളിൽ കീഴാളപഠനങ്ങളുടെ അടരുകൾ നിവർത്തപ്പെടുകയായിരുന്നു. എന്നാൽ നരവംശശാസ്ത്രജ്ഞർ അവകാശ

പ്പെടുന്ന ശാസ്ത്രീയ വിശകലനവ്യവസ്ഥയ്ക്ക് കണ്ടെത്താനോ സ്വായത്തമാക്കാനോ സാദ്ധ്യമാക്കാതെ പോകുന്ന 'കീഴാളവാഴ് വുകളുടെ മജ്ജയെ' കീഴാളതയുടെ ആഹ്ലാദത്തിന്റെ സത്തയെ അനുഭവിക്കാനോ കാട്ടിത്താരാനോ 'അപാര'നേട്ടങ്ങൾക്കാനില്ല. കീഴാളതയുടെ തന്മയെ എഴുതുന്നവർക്ക് മാത്രം പകർന്നുതരാവുന്ന അത്തരം ജൈവിക സത്തയെ അവരുടെ മൊഴിയിൽ മാത്രമേ പകർത്താനാവു എന്ന വായനയ്ക്ക് അരികുവത്കരിക്കപ്പെടുന്നവരുടെ ലോകം എഴുത്തിൽ എന്നത്തുന്നതെങ്ങനെയെന്ന് വായിക്കാൻ കഴിഞ്ഞിരിക്കുന്നു.

വൈയക്തികളും സ്വകാര്യവുമായ അനുഭവങ്ങളെ ഇഴപിരിച്ചെടുത്ത് സാഹിത്യരചനയ്ക്ക് പശ്ചാത്തലമാക്കുന്ന പാശ്ചാത്യരീതിയ്ക്ക് ബദലുകൾ സൃഷ്ടിച്ചുകൊണ്ട് അരിക്കുവത്ക്കരിക്കപ്പെട്ടവർക്ക് എഴുത്ത് എന്നത് സമൂഹത്തിന്റെ പ്രതിസന്ധികളാണെന്ന് ചിനവ അച്ബേ(1990) പ്രഖ്യാപിക്കുന്നു. മിലൻകുന്ദേരയെ ഉദ്ധരിച്ചുകൊണ്ട് നോവൽ ചർച്ചയ്ക്കായി നിരത്തുന്ന ബോധ്യങ്ങൾ കീഴാളരചനകൾക്കെല്ലാം യോജിക്കുന്നവയാണെന്ന് അദ്ദേഹം വാദിക്കുന്നു. സാഹിത്യം മനുഷ്യാസ്തിത്വത്തിലെക്ക് നീളുന്ന അന്വേഷണങ്ങളാണ്. ജീവിതത്തിന്റെ നാൾവഴികളിലേക്കും സത്യവും പൊരുളുമെന്തെന്ന തിരച്ചലിലേക്കും പടിയിറങ്ങുന്ന രചനകൾ വ്യത്യസ്തങ്ങളാകുന്നു. അടിസ്ഥാനപരമായി വ്യക്തികളെ ആണിനെയും പെണ്ണിനെയും രൂപപ്പെടുത്തുന്നതിൽ സാംസ്കാരികതയ്ക്കുള്ള പ്രാധാന്യം വലുതാണ്. ജീവിതം തേടി/നേടിയെടുത്തതിനെക്കാൾ ആക്കം കൂടും കൈവശം വന്നുചേർന്ന സംസ്കാര-ചരിത്ര-രാഷ്ട്രീയ തട്ടകത്തിന് എന്ന തിരിച്ചറിവാണ് കീഴാളരചനകളുടെ മുതല്ക്കൂട്ട്. ഓരോ എഴുത്തുകാരിയും/ കാരനും നേരിടേണ്ട കടുത്ത ചോദ്യങ്ങൾ താൻ പ്രതിനിധീകരിക്കുന്ന സമൂഹം ഏതെന്നും തന്മ എന്തെന്നും അവ എഴുതിവയ്ക്കുന്ന മൊഴി ഏതെന്നുമാണ്. താൻ എഴുതുന്നത് ആര് വായിക്കും എന്നുകൂടി ചിന്തിക്കേണ്ടതുണ്ടെന്നതും പ്രധാനമാകുന്നു.

വിജിലയുടെ ഏറ്റവും പുതിയ കവിതപാടലുകളുടെ സമാഹാരം വായനയ്ക്കെത്തുകയാണ്. തന്മയെ ഉരുവപ്പെടുത്തിയ എല്ലാത്തിനോടുമുള്ള ഉള്ളടുപ്പം കോരിയെടുക്കാൻ പാകത്തിൽ ഈ കവിതകളിൽ കരകവിയുകയാണ്. നാടിനെ, കാടിനെ, വാഴ്‌വിനെ, വീടിനെ, കൂട്ടുകാരെ, വഴിയിടങ്ങളെ, യാത്രകളെ, കനവുകളെ, കനലുകളെ, പെൺകരുത്തിനെ, ഇലകൾകൊണ്ടും, പൂക്കൾകൊണ്ടും, പുഴകൾകൊണ്ടും, മണ്ണടരുകൾകൊണ്ടും, മാനം കൊണ്ടും അടയാളപ്പെടുത്തുന്ന ഒരു സംഘചേതനയെയാണ് ഈ കവിതകളിൽ കണ്ടെത്താവുന്നത് എന്ന് ഒറ്റവായനയിൽത്തന്നെ തിരിച്ചറിയാം. എല്ലാ മതിലുകൾക്കെതിരെയും ജാഗ്രരൂകമാകുന്ന ആകാശത്തിന്റെ കണ്ണ് ഇവയ്ക്ക് അകമ്പടിയായുണ്ട്.

"ഞാനുരുണ്ടു കൊണ്ടിരിക്കുന്നു
എന്റെ ഉരുക്കങ്ങൾ ഇപ്പോൾ മണ്ണൊപ്പിയെടുത്തു കഴിഞ്ഞു.
മാഞ്ഞുപോകാം
വായിക്കപ്പെടാതെയുമിരിക്കാം
ഏങ്കിലെന്ത് ?
വരികളോടൊപ്പം ശരികളോടൊപ്പം
ഈ ഉരുണ്ടുപോക്ക് അനിവാര്യമാണ്" (എങ്ങനെ എഴുതിയിട്ടും)

എന്ന് രണ്ടും കല്പിച്ചു കഴിഞ്ഞ തലയെടുപ്പിനെ കാണാതെ വഴി മാറിപ്പോകാം; കണ്ട് വായിച്ച് അലിയിച്ച് ഒന്നെന്ന് കൈകോർത്തു ചേർത്തു പിടിക്കാം. വായനയ്ക്കായി അതേല്പിക്കപ്പെടുകയാണ്.

എന്തിനാണ് കവിതകളിങ്ങനെ എഴുതിയെഴുതി രാപ്പകലുകളുടെ താളുകൾ മറിക്കുന്നു എന്ന ചോദ്യത്തിന് നാടിനെ സാക്ഷ്യപ്പെടുത്തി

പുറ്റം പൊയിലുകാർ പൂർണമാക്കുമീ കവിത (എന്റെ ദേശം രാഗമില്ലാതെ പാടുന്നു).

" ചുവന്നസ്തമനമെന്ന
വാക്കറിയാ തീരത്തെത്തി
മടുപ്പിനെ കുടഞ്ഞ്
ഒടുക്കം
ഒഴുക്കിനെ
ആശ്ലേഷിക്കുമവൾ" (നെല്ലിക്കയോളം മധുരിക്കുന്ന)

എന്ന് തളം കെട്ടിനില്പിനെ തോല്പിച്ച് കവിപാടലുകളിലൂടെ ഒഴുകാനുറച്ച പെൺമനമായി തന്നെ തിരിച്ചറിയുകയാണ് കവി. ചവിട്ടടികളിൽ പുളഞ്ഞ് പത്തിവിരിച്ചു നില്ക്കും വേർപാടിന്റെ,അപമാനത്തിന്റെ ഭയത്തിന്റെ ഒറ്റപ്പെടലിന്റെ എല്ലാ നിരാശനീലകളെയും വകഞ്ഞൊതുക്കുന്ന വാഴ്വിന്റെ സർഗകാമനയാണ് തന്മയെ മൊഴിയാക്കുന്ന ഈ രസതന്ത്രത്തിൽ കാണാനാവുന്നത്.

പരിസ്ഥിതിയെ, പ്രകൃതിയെ തന്നിലേക്ക് ആവാഹിച്ചു നിർത്തി അതൊരു കാഴ്ച്ചയോ, കൗതുകമൊ എന്ന അകലമല്ല ഉള്ളിലെയ്ക്കെടുത്തും പുറത്തേക്കുവിടും ജീവിതത്തിന്റെ തന്നെ ഭാഗമാകുന്ന ഒരു കാവ്യലോകം തന്നെയാണ് വിജിലയെ ഉണർത്തുന്നതും വഴിനടത്തുന്നതും.

വേരുകൾ നിരന്തരം എന്ന കവിത തന്മയുടെ ഒച്ചപ്പെടുത്തലായി ത്തന്നെ വായിക്കാം. വേരുകളിലേക്ക് വഴിനടക്കേണ്ടതില്ല , വേരുകൾ കണ്ടെത്തേണ്ടവയുമല്ല. വേരുകൾ നിരന്തരം ഓർത്തുവെച്ച് മറനീക്കിയെടുത്ത് കരുത്തുകണ്ടെത്തേണ്ട ആഴങ്ങളാണെന്ന് കവിക്കറിയാം. വാഴ്വിന്റെ നിനച്ചിരിക്കാതെയുള്ള തിരിവുകളിലൊന്നിൽ ഒറ്റപ്പെട്ടു പോയോ എന്ന് വിങ്ങുമ്പോൾ വേരുകളുടെ നൈരന്തര്യത്തിലെക്ക് ഉണ

രുകയും വെളിപ്പെടുകയും ചെയ്തുകൊണ്ട് വഴിവെട്ടി മുന്നേറുകയാണ്. ഗൂഗിൾപരിധിക്കുമപ്പുറത്തെ ഇടങ്ങളെ കൺവെട്ടത്തെത്തിക്കുന്ന അസാമാന്യമായ ഉൾവെളിച്ചം ശ്രദ്ധേയമാകുന്നു. ഒരു കാടലച്ചിലിലില്ലാതെ വെളുത്തിര, കണ്ണാളൻ, അണിയറ, മാണിക്യം, വേരൻ, പാറൻ, കിഴങ്ങ്, നീരുരി, വെള്ളംവറ്റ, കൊല്ലിക്കിണർ, നെല്യാടിക്കണ്ടിക്കുന്നുകൾ, കാഞ്ഞിരം, ഏഴിലംപാല, പാറോത്ത്, പാണൽ, വെള്ളില, ആനക്കുറുന്തോട്ടി, അയിരാണിപ്പൂവ് എന്നിവയെ പിൻവിളിച്ചെത്താനാവില്ല. നേരംപോയ്.....എന്ന നേരിന്റെ പാടലും സാരികെട്ടിയ സ്റ്റേജുകളും കോലടികളും ഓടക്കുഴൽവിളികളും അമ്പെയ്ത്തുകളങ്ങളും സർക്കസ് കൂടാരങ്ങളും സിനിമാറ്റിക് സ്വപ്നങ്ങളും മലവെള്ളപ്പാച്ചിലായി ഓർമ്മകളുടെ കരക്കവിയുമൊഴുക്കാക്കിത്തീർക്കുന്നു. ഒറ്റപ്പെയ്ത്തിലൊരു നിനവിൽ പെരുവെള്ളമെന്ന് ഈ വേരുകളെ ചൂണ്ടിപ്പറയാം. ഈ ഒരു സമൂഹത്തിന്റെ, തീണ്ടാപാടകലെ നിർത്തിയ മനുഷ്യരുടെ വിഭവങ്ങളാണ്. മനക്കൊയ്ത്തിന്റെ ആരവങ്ങളും മേളങ്ങളുമാണ്. കവിതയുടെ തട്ടകമാണിതെന്ന് ഉറപ്പിക്കുമ്പോൾ അതിരുകൾ വെളിപ്പെടുന്നതിന്റെ കരുത്ത് വായനയിൽ നിറയുന്നു. ഇതാണ് തന്മയുടെ ഈറ്റില്ലം കവിക്ക്.

അടച്ചമർത്തിവെച്ച്, ഒച്ചയടപ്പിച്ച, മൊഴിയാഴ്ത്തിയ മൗനങ്ങളുടെ ഇരമ്പം വിജിലയ്ക്ക് കവിതകളിലേക്ക് ആവാഹിക്കാനാവും വിധം വിളിപ്പാടകലത്തിലാണ്. കവിതയിലെ മൗനം കരകവിയുന്ന അമർഷമാകുന്നു, പ്രത്ഷേധമാകുന്നു, പ്രതിരോധമാകുന്നു. അവിടെ നിന്ന് ഉയിർത്തെഴുന്നേല്ക്കണമെങ്കിൽ അവയെ കവിതകളിലൂടെ ഒഴുക്കി വിട്ടേ മതിയാകൂ.... ഒരു പുത്തൻ കഥാർസിസ് സാധ്യമാക്കുന്ന കവിതയാണ് 'ഓർമകളാൽ' ഓർമകളെ എവിടേക്ക് ഒഴുക്കിയാലും ഭൂമിയിലെ വേരുകളതൊക്കെ വലിച്ചെടുത്ത് വൻവൃക്ഷമാക്കിക്കളയുമോ എന്ന ആശങ്ക വകഞ്ഞുകളയാവുന്നതല്ല.

" അനേകം പേർ ജീവിച്ച മണ്ണ്
അനേകം രക്തങ്ങൾ
വളമായ മണ്ണ്
ഓർമകളെ സിമന്റ് തേച്ച്
ശില്പങ്ങളാക്കിയ
മേസ്തിരിമാരും

കലകളിലൂടെ ചിലതെല്ലാം മറച്ചുപിടിക്കുകയാണെന്നുമാത്രം" എന്ന് അധിനിവേശം ചരിത്രത്തെയാകെ ഒരു ചെറുചിമിഴിലൊതുക്കുന്ന പരുവപ്പെടലും കൈത്തഴക്കവും വിജിലയെന്ന കവിയെ വേറിട്ട ഒരാളാക്കുന്നു. കാടിന്റെ തനതു വാഴ്വുകളെ കശക്കിയെടുത്ത് വികസനത്തിന്റെ കോൺക്രീറ്റ് തിടുക്കങ്ങൾകൊണ്ട് അടച്ച് മിനുക്കുന്ന വിരുദ്ധതക്കെതിരെയുള്ള അസഹ്യതയും ഈ വരികളിൽ നിറയുന്നു.

കേരളത്തെ നിസ്സഹായതയുടെ ചെറുതുരുത്താക്കിമാറ്റിയ പ്രളയ കാലങ്ങളിൽ എല്ലാം നഷ്ടമായവരുടെ എണ്ണം കാടകങ്ങളിലും മലയോ രങ്ങളിലും കൂടുതലാണെന്ന് കണ്ടെത്തുമ്പോൾ "എല്ലാം മായ്ക്കുന്ന തിര യിളകാത്ത നീലാകാശമാണ് നിസ്സംഗമായ നേരെന്ന് "

ആകാശത്തിലൊരു കൊളുത്തിട്ട് കണ്ണുയർത്തുന്ന ഗതികേടുകളെ അടയാളപ്പെടുത്തുമ്പോൾ അവ തന്നെ വീണ്ടും തോരാമാരിയായി പെയ്തൊഴുകുന്നതും എല്ലാ നിരാകരണങ്ങൾ ഒഴുക്കുകളുടെ ദിശ കണ ക്കാകുന്നതും എല്ലാ നിരാകരണങ്ങളും സ്നേഹശൂന്യത ഒന്നുമാത്രമാ ണെന്ന് കണ്ടറിയുന്നതും ഒരവാസനമല്ല. കനപ്പെട്ട നഷ്ടങ്ങളും വേർപാ ടുകളുമെല്ലാം പ്രണയത്തിന്റെ പ്രളയമാകുമ്പോഴും അത് ഒന്നുപതറി നില ച്ചിട്ട് വീണ്ടും കണ്ണീർവറ്റി അക്ഷരത്തെളിമയിലേക്ക് ഉണർന്നു വരുമെന്ന നിനവുകളോടെ പുലരുകയാണ്.

വൈയക്തികത/സ്വകാര്യത എന്നൊന്നില്ലെന്നും അതൊക്കെ രാഷ്ട്രിയമാണെന്നുമുള്ള വെളിപ്പെടലുകളിലേക്ക് വലിച്ചെറിയപ്പെട്ടവരുടെ പുതുപിറപ്പിനെ ചേർത്തുവക്കുന്ന 'ബുദ്ധകൂണിമ' വിജിലയുടെ ശ്രദ്ധേ യമായ കവിതയാണ്. ബുദ്ധനാവുക എന്നാൽ ജീവിതപ്പൊരുൾ കണ്ടെ ത്തലാണെങ്കിൽ പൊരുളറിയുന്ന പെൺവാഴ്വിനെ ചരിത്ര-ഇതിഹാസ -മത തട്ടകങ്ങളിലൊരിടത്തു തിരഞ്ഞാലും കണ്ടെത്താനാകാതെ പോകുന്നു. ആൺക്കാഴ്ചയ്ക്കു മ/മിപ്പുറം അത് നീക്കി നിർത്തപ്പെട്ടവ ളുടെ നേരു തിരയലാകുന്നു. ആട്ടം മറന്നും കല്ലായിനിന്നും കാറ്റിലും മഴയിലും പാർത്തും ഒരു വാഴ്വിന്റെ നോവത്രയും ഈർപ്പമാക്കി ഉടയാ ടയാക്കിയ കൂൺ! അതെ, കൈച്ചില്ല വകഞ്ഞ് കാലുഷ്യങ്ങൾ മുറുക്കിത്തുപ്പിയ ബുദ്ധകൂണിമായാണ്. അങ്ങനെയുള്ളവളുടെ ഇനിവരും പിറപ്പ് ! കീഴാളതയുടെ പനിക്കനാലുകളിൽ ചുവടുവച്ച് മതിമറന്നാടുന്ന ോരു ആണ്ടാൾപിറവി !

ഇതേ രാഷ്ട്രിയം കുറേകൂടി തെളിച്ചുപറയുന്ന കവിതയാണ് 'പച്ച പൊങ്ങ് പെരുവഴി' കയ്യും മനവുംകോർത്ത് നടന്നുതേഞ്ഞിരുന്നു പോയ വഴിയിൽ കാരമുള്ള്തറച്ച് തൊലിയടർന്നതിനെക്കാൾ നീറ്റലുളവാക്കിയത് കൈവിടുവിച്ചതും മനം കനച്ചതുമായല്ലോ എന്ന തിരിച്ചറിവാണ്. ചേർത്തുവച്ചതും കാത്തണച്ചതും സ്വന്തമായിരുന്നില്ലെന്ന് കണ്ടപ്പോ ഴേക്കും വഴി പിന്നെയും പാതിയിലേറെ ബാക്കി. ഇന്നോളം കണ്ടതിനു മപ്പുറം കാഴ്ചകൾ തേടുന്നതും ഉടലുമുഴിരും ജാഗരൂകമാകുന്നതും ഒരു രണ്ടാമുഴത്തിലേക്ക്..... പ്രണയക്കരിക്കിന്റെ മധുരവും എരിവുമൊക്കെ ഉറഞ്ഞു ഉള്ള് കട്ടിയായി വെള്ളം വറ്റി കൊപ്രയായിക്കഴിഞ്ഞുള്ള നിസ്സം ഗമൗനത്തിൽ നിന്നേ പൊങ്ങ് പാകപ്പെടു..... പഞ്ചേന്ദ്രിയങ്ങളുടെ മുഷി പ്പുകൾ ഉറഞ്ഞു കട്ടിയാറുന്ന ആറാമിരവും കൂടി കഴിഞ്ഞേ ഏഴാം പുലരിയുടെ പുതുപിറവി തേടാനാവൂ.... പ്രത്യായശാസ്ത്രം വാരിവിതറും

കൺകുളിരും പച്ചപ്പും പെരുവഴിയാരാവങ്ങളും വകഞ്ഞ് തന്മയെ തേടുന്ന പെൺവാഴ്വിന്റെ പുതിയ വഴിത്താരയാണീ കവിതയുടെ കാതൽ.

വിജിലയുടെ അനുഭവവൈവിധ്യങ്ങളിൽ സദാ സഞ്ചാരിയാകുന്ന ഒരുവളുടെ അപൂർവ്വങ്ങളായ കാഴ്ച്ചകളും ഉറ്റുനോക്കലുകളും ആവോളമുണ്ട്. പുതുവഴ്ത്താരിയുടെ ശീലുകൾക്ക് വ്യത്യസ്തതയേറുന്നു. കവിയുടെ വാക്കുകൾ തന്നെ

"തന്നെത്തന്നെ ഒളിപ്പിക്കാനിടമില്ലാതെ
ഒരു പേമാരിയായി
മൗനം തിരയുന്ന" ഒരുവരുടെ എഴുത്ത് എന്ന മേൽവിലാസം കൃത്യമാകുന്നു.

യാത്രകളിൽനിന്ന് മനം ഒപ്പിയെടുക്കുന്ന ചിതറിയ ചിത്രങ്ങൾ ഒരു കാലത്തിന്റെ വിളിച്ചു പറയാൽ കൂടിയാകുനുണ്ട്

" വൈകിയോടുന്ന വണ്ടികളും
വൈകിയോടാത്ത വിശപ്പുകളുമായി (സഹചാക്രിയം)
തീവണ്ടിത്തിരക്കിൽ ഒരേ യാത്രക്കാരിയോട് പലയാവൃത്തി കൈനീട്ടുന്ന ഉത്തരമില്ലാത്ത ഗതികേടുകൾ വല്ലാതെ മനമുലയ്ക്കുന്നുണ്ട് ദിവസേന പലയിടത്തായി പിടിച്ചിടുന്ന തീവണ്ടികൾക്കുള്ളിൽ നേരത്തിന് വിലയറ്റ മനുഷ്യരുടെ നിസ്സഹായത നിലവിളിക്കുന്നുണ്ട്

അക്ഷരത്തോട് അന്നം ചേർക്കും
ജോലിയില്ല/കൂലിയില്ലക്കാലമേ...." എന്ന തേങ്ങലിനൊടുവിൽ
" എന്റെ ദുഃഖഭാവങ്ങൾ
ഇരിപ്പിടത്തിലിട്ട്
തീവണ്ടി കാക്കാതെ
ഞാൻ ബസ് തിരക്കിയിറങ്ങിപ്പോയി ...." എന്നു പറഞ്ഞു നിർത്തുന്നിടത്ത് ജീവിതത്തിന് ചലനത്തിലേക്ക് മടങ്ങിയേ മതിയാവൂ എന്ന പരമാർഥം മറനീക്കുന്നു....

വിജിലയുടെ രചനകളിൽ അതിശക്തമായ പെൺകാഴ്ചകളും പെണ്ണിന്റെ അനുഭവങ്ങളുടെ വിശകലനവും

സ്വാഭാവികമായിത്തന്നെ കടന്നുവരുന്നുണ്ട്. "എഴുതുക-തന്നെത്തന്നെ എഴുതുക എന്നത് ആദ്യമായും പ്രധാനമായും ഭാഷപരമായ ഒരു പ്രക്രിയയാണ്" എന്ന ടോണി കെയ്സ് ബാംബറയുടെ തിരിച്ചറിവും

"എഴുതുക എന്നാൽ ആയിത്തീരുക എന്നതാണെന്ന" സിമോങ്ങ് ദ ബുവ്വെറിന്റെ ഉറച്ച നിലപാടും വിജിലയുടെ കവിതകളിലെ നിലപാടുകളാകുന്നു. വളരെ വ്യത്യസ്തമായൊരു മൊഴിവഴക്കം ബോധപൂർവ്വമായി സൃഷ്ടിച്ചെടുക്കുന്നതുവഴി ഒരേ സമയം അത് പൊതുബോധത്തിന്റെ അധിനിവേശഭാഷകളോട് മല്ലിടുകയും പെൺമൊഴി കണ്ടെത്തുകയും ചെയ്യുന്നു. ഭാഷശാസ്ത്രപരമായി പെണ്ണെഴുത്ത് പരിപാലന

സ്വഭാവത്തോടുകൂടിയതാണെന്ന കാഴ്ച്ചപ്പാടും ഈ കവിപാടലിനുണ്ട്.

അടിമയാക്കപ്പെട്ട ജൈവികതയ്ക്കൊപ്പമാണ് പെണ്ണ്. അവളുടെ ജീവിതം സ്വയം ജീവിക്കപ്പെടാനുള്ളതല്ലെന്ന് കാണുമ്പോൾ അവളെ തഴുകിത്തലോടി മടക്കിക്കൊണ്ടുവരാൻ പ്രകൃതിയും മണ്ണും ഒപ്പം കൂടുന്നു.

എഴുത്തിന്റെ തട്ടകത്തിലേക്ക് ഒരുവൾ കയറിവരും വഴികളിലൊക്കെയും തടയിണകൾ തീർത്തിട്ടുണ്ട്. ഏങ്കിലും

"അവളുടെ പേന ചലിച്ചില്ലെങ്കിലെന്ത്
മുറ്റത്തെ നിലാചെമ്പകത്തിന്റെ കാവ്യഭാഷ

അവർക്ക് മാത്രം സ്വന്തം"(വിട്ടുപോയത്) എന്നത് വലുതായ ഒരു തിരിച്ചറിവാണ്. അവളുടെ എഴുത്ത് മറ്റാർക്കും എഴുതാനാവുന്നതല്ല. അവളുടെ കാഴ്ച്ചയും അവളുടേതുമാത്രം വീടാകുന്നു അൾത്താരയിൽ

നിത്യേന അർപ്പിക്കപ്പെടുന്ന ഒരു ബലിവസ്തുവായവൾ മാറുമ്പോൾ " നിന്നെപ്പോലെ മറ്റാരുമില്ലെന്ന "

വാഴ്ത്തുപാട്ടിൽ കാലുതട്ടിവീണു പോകുന്നവൾക്ക് " ഏത് ഋതുവും വസന്തമാക്കാനുള്ള വിദ്യ " യുണ്ടെന്ന് അറിയാവുന്നത് വാകമരങ്ങൾക്കും കൊന്നമരങ്ങൾക്കും മാത്രമാണ്. ആൽക്കെമിസ്റ്റവുകൾക്ക് കനകത്തിന്റെ സമ്പൽഭാവമല്ലേ കാണൂ...വസന്തത്തിന്റെ ധ്വനി ലോകത്തെ സന്തുഷ്ടമാക്കുന്നതും സ്വയം ഏറ്റവുദാത്തമായി ആവിഷ്കരിക്കപ്പെടുന്നതുമാണെന്ന വ്യത്യസ്തത എത്ര വലുതാണ്!

ഇനിയുമെഴുതിത്തീർക്കാത്ത പരീക്ഷാക്കലങ്ങളും" ചേരുംപടി ചേർക്കാത്തതിനെ പുരിപ്പിച്ചുകൊണ്ടെയിരിക്കലുമായ വൃഥാവ്യായാമങ്ങളിൽ തളയ്ക്കപ്പെടുന്ന വാഴ് വിന്റെ അനന്തസാധ്യതകൾ " ആരോ പണിതുവെച്ച കെണിനിലങ്ങളിൽ " കുരുങ്ങിപ്പോയിരിക്കുന്നതും കവിയുടെ ആകുലതയാകുന്നു. നാളെയുടെ പുലരിയിൽ നടന്നെത്തുന്ന" കനൽക്കുപ്പായമണിഞ്ഞ" (ഉറപ്പുള്ള ഉപമകൾ) പെണ്ണിന് പ്രപഞ്ചത്തിന്റെ പരുക്കേല്ക്കാഭാവിയുടെ താളുകൾ എഴുതിച്ചേർക്കേണ്ടവളാണെന്ന ബോധം പകരുന്ന ആത്മവിശ്വാസം വിജിലയുടെ കവിതകളെ അതിജീവനത്തിന്റെ വാഴ്ത്തുപാട്ടുകളാകുന്നു.

സൂര്യകാന്തിയുടെ കാല്പനികപരിവേഷങ്ങളെല്ലാം അഴിച്ചെടുത്ത പെൺവാഴ്വിന്റെ നേരിന്റെ ചിത്രമാണ് തിക്തസാക്ഷി എന്ന കവിത. മലയാളിയുടെ പൊതുബോധത്തിൽ വിശുദ്ധപുഷ്പമെന്ന കാല്പനിക പരിവേഷത്താൽ അല്പായുസ്സായിപ്പോയ സൂര്യകാന്തിയെ

"ഉറപ്പില്ലാ മണ്ണിൽ
പാതിമഴയായവളെയും

സൂര്യകാന്തിയെന്നു വിളിക്കാം" അപനിർമ്മിതി പാഠം നൽകുകയാണ് കവി.

"ചങ്ക് പറിച്ചെറിഞ്ഞ്/ചുവന്നവളെങ്കിലും ഒറ്റയുടയാടയാൽ മഞ്ഞ

ച്ചുറ്റി/ സ്വയം മറയുന്നതാകയാൽ/നക്ഷത്രങ്ങളുടെ/നിലാവിന്റെ/കൂട്ടുകാരിയാകയാൽ/പകലവന്റെ പഴികേട്ട് പഴികേട്ട്/ ഒരു പകൽ ജന്മം മതിയാക്കി/ മഞ്ഞച്ചിറകുകൾ പൊഴിച്ച്/ നടുനിവർന്ന/ഒരു കരിന്തുമ്പി/ നീ വരച്ചിട്ട/സൂര്യകാന്തിപ്പാതി/ ഞാൻ"എന്ന ധീരമായ ഉയിർത്തെഴുന്നേൽപ്പ് വിജിലയുടെ കരുത്തുറ്റ കാവ്യാദർശത്തിനും ഉദാഹരണമാകുന്നു.

കവിതയെഴുതുക എന്നത് രാഷ്ട്രീയനിലപാടാണ് എന്ന് ഉറപ്പിച്ചു പറയുന്ന കവിയെയാണ് 'വിയോജിപ്പുകളോടെ' എന്നതിൽ വായിക്കുക. ജീവിതത്തിന്റെ സാമാന്യതയെ നൈരന്തര്യത്തെ, പരുക്കൻ യാഥാർഥ്യങ്ങളുടെ നിർവചനകോടികളെ പിൻതുടരേണ്ടിവരുമ്പോഴും കനവില്ലാത്ത, പൊട്ടിച്ചിരിക്കാത്ത ഇരുളിന്റെ നെടുവീർപ്പുകളെ കെട്ടഴിച്ചു വിട്ട് സ്വസ്ഥയാകാൻ തുനിയുന്നവളുടെ ഇരട്ട ജീവിതം മറച്ചുവയ്ക്കാതെ വിയോജിപ്പുകളോടെ മുന്നോട്ടുകൊണ്ടുപോകുന്നു.

" നീ ഒറ്റയ്ക്കാവുമ്പോൾ
ആരും കാണാതെ
ഞാൻ വരുന്നില്ലേ" എന്ന കണ്ണീർമൊഴിയെയാണ് ഹൃദയത്തിൽ പോറ്റിയെടുത്ത് കവിതകളാക്കി കാലപ്പെടുത്തുന്നതെന്ന തിരിച്ചറിവിൽ

"ഉണരുമ്പോൾ നിന്നെ
നേരെയാക്കുന്നു
നിത്യമൊരു സൂര്യൻ
കാവ്യപ്രകാശം" (പറഞ്ഞു പറന്നങ്ങനെ) എന്ന് കവിതകുറിച്ചുകൊണ്ട് ജീവിതക്കെണിയുടെ കുരുക്കുകൾ പൊട്ടിച്ചെറിഞ്ഞ് മുന്നേറുന്ന ഒരുവളുടെ തളരാത്ത ചങ്കുറപ്പ് വിജില കാട്ടിത്തരുന്നു.

"തലയിലേറ്റിയതൊക്കെയും
കനം വെച്ചതൊക്കെയും
കുടഞ്ഞുകളയുമെന്നും
മാനം നോക്കിപ്പറക്കുമെന്നും" ഉള്ള പ്രതീക്ഷയുടെ ബലത്തെ പിടിവള്ളിയാക്കുന്ന ചിന്താസഞ്ചാരങ്ങളും കാണാതെ പോകാനാവില്ല.

വീടും വേണ്ടപ്പെട്ടവരും തൊഴിലും നാഴികമണിയിലേക്ക് ഉഴിഞ്ഞുവച്ചവൾക്ക് അതെല്ലാം എഴുത്ത് തന്നെയാവുന്നു. അതിനാൽ പെണ്ണെഴുതുന്നത് "ഒറ്റ നില്പിലെഴുതിയവ" മാത്രം. അതിൽ പച്ചയായ പകലിരവുകളുടെ ചൂരുണ്ട്. അവയൊന്നും പലപാട് വായിച്ചും തിരുത്തിയും ഈണവും വൃത്തവും ഭാവവുമൊപ്പിച്ച് ' കവിതാംഗന' യെന്ന ലേബലിൽ അലങ്കാരപ്പുറം ചട്ടകൾ തീർത്ത് സാംസ്കാരിക മഹാരഥന്മാരുടെ കൃപാകടാക്ഷങ്ങളാൽ അനുനയിപ്പിച്ച് പ്രകാശിതമാക്കി അവാർഡു

കളങ്ങളിലേക്ക് നിരത്തിവെച്ച് നിർവൃതിപ്പെടാവുന്നതല്ല എന്ന കൺതുറക്കലിന് എല്ലാ വ്യവസ്ഥയെയും അട്ടിമറിക്കാൻ കെൽപ്പുണ്ട്.

" മുറിവുകൾക്കുപ്പാം/ പൊള്ളലുകൾക്ക് തേനും/ തന്നത്താൽ കരുതിക്കൊണ്ട്/ ഒറ്റ നിൽപ്പിൽ മണ്ണിലാഴ്ത്താം/ ഓടിത്തളർന്ന്/ വിയർപ്പ് വളമാക്കിയ/ ഈ കവിതൈകൾ എന്ന് ശ്വാസം മുട്ടിപ്പോകുന്ന പ്രതിഷേധങ്ങളാണ് പെൺകവിതകളുടെ മഷിപാത്രമെന്ന ധീരപ്രഖ്യാപനം കരുത്തുറ്റതു തന്നെയാണ്. വെറും മുപ്പത്തൊമ്പത് വരികളിൽ എഴുപത്തേഴ് വാക്കുകൾ മാത്രം കൊണ്ട് ഇന്നിന്റെ പെൺകവിതക്കാലത്തിന്റെ

നെടുതായ ചരിത്രം വരച്ചുവച്ചത് ഒറ്റ നില്പിൽത്തന്നെയെന്നും അഭിമാനത്തോടെ വായിക്കാം.

കവിതയെഴുത്തിന്റെ നിർവചനങ്ങളെ തലകീഴാക്കി മറിക്കുന്ന വിജിലയുടെ കാവ്യപ്പെടലുകൾ കായൽപ്പരപ്പുപോലെ പെയ്തൊഴിയ മാനം പോലെ കുതിച്ചു പായും കാട്ടാറുപോലെ കടലിരമ്പം പോലെ
കാടിന്നിടിമുഴക്കം പോലെ എഴുതിയുറയ്ക്കുക തന്നെയാണ്.

ഇന്നിന്റെ സാമൂഹികതയെ, ലിംഗരാഷ്ട്രിയത്തെ, അതിശക്തമായി കുറിച്ചിടുന്ന അടക്കവും ഒതുക്കവുമുള്ള ഒരു ഫെമിനിസ്റ്റ് കേരളത്തിന്റെ സമകാലികതയിലെ (കുല) സ്ത്രീ ജീവിതത്തിന്റെ മാനിഫെസ്റ്റായെ മറനീക്കിക്കാട്ടുന്നു. പിതൃ ദായക്രമം കൃത്യമായി നിലനിർത്താൻ വ്യഗ്രതപ്പെടുന്നിടത്ത് കപടാചാരങ്ങളെയൊക്കെ വകയിരുത്തി മൗഢ്യത്തിലേക്ക് പടിയിറങ്ങിപ്പോകുന്ന സ്ത്രീത്വത്തെ അടയാളപ്പെടുത്തുന്നു. ' ഫെമിനിസ്റ്റ്' എന്ന് കേട്ട് ഞെട്ടുന്ന, പെണ്ണിടമെന്ന ഒന്നില്ലെന്ന് ഒഴിഞ്ഞുമാറുന്ന, എന്നാൽ സാമൂഹികമായ അളവുകോലുകളെല്ലാം പിഴയ്ക്കാതെ കാക്കുന്ന ഒരു വഴിപാടിന്റെ 'കത' യല്ലാതെ മറ്റൊന്നുമായിത്തീരാത്ത പാഴടരുകൾ പെൺവാഴ് വുകളിൽ ചേക്കേറുന്നു എന്ന തിരിച്ചറിവ് പകരുന്ന അതിശക്തമായ കവിതയാണിത്. ഇരയാക്കപ്പെടലിന്റെ എണ്ണിയാലൊതുങ്ങാത്ത വേവുകളുടെ ഇടങ്ങൾ തേടുന്ന മറ്റൊരു കവിതയാണ് പോസ്റ്റുമോർട്ടം അരികു ജീവിതങ്ങളിൽ നിന്നാണിവരിലേറെയുമെന്ന പരമാർഥം -നാടിന്റെ ഭൂമധ്യരേഖകൾക്ക് കാതങ്ങളകലെ, പെരുമയില്ലാത്ത ഇടങ്ങളില്ലെല്ലാം- പെരിമ്പാവൂരും വിതുരയും സൂര്യനെല്ലിയും കിളിരൂരും വളയാറുമെല്ലാം ഇരകൾ പെരുകിക്കൊണ്ടേയിരിക്കുന്നു എന്ന തിരിച്ചറിവും

" നീതിയെന്നത്
നീറിക്കൊണ്ടെയിരിക്കുന്ന വാക്കായിതുടരും
മറ്റൊരു ഇരയുടെ
വാർത്തയെ കൊത്തും വരെ" നീളുകയാണെന്നതും
വായിക്കാതിരിക്കരുത്.

ദാമ്പത്യത്തിന്റെ വിലക്ഷണതകളെ, സന്ദേഹങ്ങളെ, തിമിരക്കാഴ്ച്ചകളെ, സ്വാർഥകളെ ആക്ഷേപഹാസ്യത്തോടെ നോക്കുന്നു.

"സമത്വപാഠങ്ങൾ
അസുരരിൽ നിന്നാണ്
പഠിക്കാനുള്ളത്" എന്ന് നാവുയർത്തുന്ന സീതയുടെ നവീന മാതൃക പറയുന്നത്

" തെറ്റുചെയ്യാത്ത പെണ്ണിനെ
സംശയിക്കുന്ന പുരുഷന്
സ്വസ്ഥത ഔട്ട് ഓഫ് റേഞ്ച്
മരണം വരേക്കും" എന്നാണ് (എ ചാറ്റ് വിത്ത് രാമ)

ബന്ധങ്ങളിലുലഞ്ഞ് തോറ്റ് പടിയിറങ്ങുന്ന ഓരോ സ്ത്രീയും സീത തന്നെയാണെന്ന് " ചിന്താവിഷ്ടയായ സീത" യുടെ ശതാബ്ദിക്കാലത്ത് ഒരു പുനർവായന നടത്തുകയാണി കവിത.

കവി, നാടിനെ എഴുതിയിരുക്കിന്നത് കൂടി വായിക്കാതെ വയ്യ." ചെങ്ങോട്ടു മല"യെ തെളിഞ്ഞ, ഉശിരുള്ള,പരിപാലകയായ പെണ്ണ് തന്നെയായിക്കണ്ട് അഭിമാനത്തിന്റെ തല തകർക്കരുതെന്നും പ്രേമവാത്സല്യങ്ങളുടെ മാറ് പിളർക്കതെന്നും ഉലയിലെന്നപോലുരുകുന്ന നിനവിന് മാനം പോലെ തെളിമയേറുന്നു.

അതിരുകളിലേക്ക് വകഞ്ഞൊതുക്കപ്പെടുന്ന നാടിനെ പുറ്റം പൊയില് എന്ന ദേശത്തെ കീഴള/പെൺ കാഴ്ച്ചയിലൂടെ അവതരിപ്പിക്കുകയാണ് " എന്റെ ദേശം രാഗമില്ലാതെ പാടുന്നു " എന്നതിൽ ശ്രുതിയും രാഗതാളങ്ങളും വേണ്ടപോൽ മേളിപ്പിച്ച് ചിട്ടപ്പെടുത്തുന്ന ശുദ്ധസംഗീതം വരേണ്യ പ്രതീകങ്ങളെ ആവാഹിക്കുമ്പോൾ രാഗമില്ലാതെ പാടുന്ന പ്രകൃതിയെ, നാടിനെ, കീഴാളതയെ സംഘചേതനയുടെ പ്രതീകങ്ങളായിക്കാണുന്നിടത്ത് കവിത എന്തല്ല എന്നുകൂടി ഓർടപ്പെടുത്തുന്നു. കൊറുമ്പിയമ്മയും കുമാരിച്ചേച്ചിയും സരസയും ബീവിയുമ്മയും പറായിയമ്മയും വെളിപ്പെടുന്ന സമാന്തരദേശം പെൺകാഴ്ച്ചയിൽ മാത്രം തെളിയുന്ന ഒന്നാണ്

"ഒഴുക്കിന്റെ അനേകം
വേരുകൾ ചേർത്ത്

ഒരെറ്റ ഭൂപടമാക്കി നിർത്തും " എന്ന പ്രതീക്ഷ ചെറുതല്ല തന്നെ. വെളിപ്പെടുത്തലുകളുടെ നീണ്ട പാടലുകളാണ് വിജിലയുടേത്. ഇന്നോളം മലയാളത്തിലെ പെൺ കവിതകൾ ആവ്യശപ്പെട്ടിടില്ലാത്ത ഒരു ഭാവുകത്വം,സംവേദന തലം അതിനുണ്ട്. മറന്നുപോയതും വായിച്ചകറ്റിയതുമായ ഒരു വീട്ടിൽ, ദേഹത്ത്, കാടകത്ത് നിന്ന് പെണ്ണിന്റെ മനം ചികഞ്ഞെടുക്കുന്ന പുതുകാഴ്ച്ചകൾക്ക് അസാധാത്തതയുണ്ട്.

വർണത്തിന്റെയും കോയ്മയുടെയും പ്രതീകങ്ങളെ അട്ടിമറിക്കുന്നൊരു ദേശചിത്രമാണ്

"ഉരുണ്ട മൂക്കും
തടിച്ച ചുണ്ടുകളും
ചുരുളൻ തലകുടിയും
കറുപ്പുനിറവുമുള്ള മാതാവിനെ വരച്ചു
മുണ്ടും ബ്ലൗസും തോർത്തുമിട്ട മാതാവ്" (പാടിയും വരച്ചും ഉ/ഇറങ്ങിപ്പോയവർ)

എന്ന ബദൽ ചിത്രം. ഇത് പിളർക്കപ്പെട്ട തന്മ പേറുന്ന കോടിക്കണക്കിന് മനുഷ്യരുടെ, പട്ടിക വരച്ച് അടയാളപ്പെടുത്തിയ അടിയാളരുടെ, ദേശീയതയെന്ന വികാരമാണ്. അവരുടെ ഇന്ത്യയെന്ന അമ്മയ്ക്ക് അവർ വരയ്ക്കും പരിചിതരൂപം. അവർക്ക് ദേശീയഗാനമായി സ്വരരാഗതാളചിട്ടകളുള്ള വന്ദേമാതരമാകില്ല വഴങ്ങുക. പാടാനാകാതെ തൊണ്ടയിൽ കുരുങ്ങുന്നത് " കാണുന്നീലൊരക്ഷരവും/ എന്റെ വംശത്തെപ്പറ്റി/ കാണുന്നുണ്ടനേക വംശത്തിൽ/ ചരിത്രങ്ങൾ" എന്ന പൊയ്കയിലപ്പച്ചന്റെ ഉള്ളു നീറുന്ന ചിന്തകളാണ്. ഒപ്പം നിർഭയരായി ഇറങ്ങിത്തിരിച്ച ഫൂലാൻ ദേവിയെയും സാവിത്രിഭായ് ഫുലെയെയും ഓർത്തെടുക്കുന്നിടത്താണ് ദേശീയതയിൽ താൻകൂടി പങ്കാളിയാകുന്നത് എന്ന് കവി തിരിച്ചറിയുന്നു....

വിജിലയുടെ കവിതകളിലെ പരിസ്ഥിതിയുടെ നിരന്തരമായ സാന്നിദ്ധ്യത്തെക്കുറിച്ച് വിശദമായൊരു അപഗ്രഥനം തന്നെ നടത്താവുന്നതാണ്. പ്രകൃതിയിൽനിന്ന് അത്രമാത്രം ബിംബങ്ങളും പ്രതീകങ്ങളും കവിതയിൽ വന്നുനിറയുന്നുണ്ട്.

" എന്റെ പാട്ടിനെ
നീ മാത്രം കോന്തലയിൽ
ഒരു നെല്ലിക്കയായ് കെടുക"
" തൊട്ടാവാടിപ്പടർപ്പുകൾക്ക് മുകളിലാണ്
പെയ്തു തീരാക്കിനാവുകൾ"
" കരിയിലകൾ നനവുകുടി ഒളിപ്പിച്ച വേരുകൾ"
തകരത്തളിർപ്പുകൾ"

എന്ന് എണ്ണിയാലൊടുങ്ങാത്ത തലമുറകളുടെ അനുഭവസഞ്ചയങ്ങളിലെ നാട്ടറിവുകൾ കൂടി നിറയുന്ന ഒരു പ്രപഞ്ചം തന്നെയായി മാറുന്നു വിജിലയുടെ കവിതകൾ.

സമകാലിക സമൂഹത്തിൽ ഞെരുക്കപ്പെടുന്ന തന്മയുടെ പ്രതിസന്ധികളും പ്രശ്നങ്ങളുമെല്ലാം എഴുത്തുകാരെ സ്വന്തം ഇടങ്ങളുമായി ആഴപ്പെട്ട ബന്ധങ്ങളുരുവാക്കാനും അവയെ ആവിഷ്ക്കരിക്കാനും പാകപ്പെടുത്തുന്നു. ക്ഷമയോടെയുള്ള ആ വളർച്ച, പുതിയൊരു സ്വാതന്ത്ര്യബോ

ധത്തിന്റെയും ഫലപ്രാപ്തിയുടെയും വിജയമായി മാനവരാശിയെ ആഘ്ലോഷിക്കാൻ പര്യാപ്തമാക്കണം എന്ന അച്ബേയുടെ(1990) പ്രതീക്ഷകൾ അസ്ഥാനത്താവില്ല എന്നതുതന്നെയാണ് വിജിലയുൾപ്പെടുന്ന പുതു കവികളുടെ സംവേദനതലങ്ങൾ ഉറപ്പാക്കുന്നത്.

ഒരുതരിമണലിൽ ഒരു കടലും കരയുമൊന്നായിച്ചേരുന്നു" എന്ന സെൻവചനങ്ങൾ ഈ കവിതയുടെ സമഗ്രതയ്ക്കു നന്നായി ചേരുന്നു....

www.ingramcontent.com/pod-product-compliance
Lightning Source LLC
LaVergne TN
LVHW060129051026
849517LV00007B/2432